आमच्या इतिहासाचा
शोध आणि बोध

डॉ. जयसिंगराव भाऊसाहेब पवार

मेहता पब्लिशिंग हाऊस

Please contact us at **Mehta Publishing House,** 1941, Madiwale Colony, Sadashiv Peth, Pune 411030.
Email : production@mehtapublishinghouse.com
author@mehtapublishinghouse.com
Website : www.mehtapublishinghouse.com

AMACHYA ITIHASACHA SHODH ANI BODH by
DR. JAYSINGRAO PAWAR

आमच्या इतिहासाचा शोध आणि बोध / संशोधनात्मक

© डॉ. जयसिंगराव भाऊसाहेब पवार

'शिवतेज' १०८, साने गुरुजी वसाहत, राधानगरी रोड,
कोल्हापूर - ४१६०१२. ✆ (०२३१) २३२२६४२

प्रकाशक : सुनील अनिल मेहता, मेहता पब्लिशिंग हाऊस,
१९४१, सदाशिव पेठ, माडीवाले कॉलनी, पुणे - ४११०३०.

मुखपृष्ठ : चंद्रमोहन कुलकर्णी

प्रकाशनकाल : २५ नोव्हेंबर, २००४ / जानेवारी, २०१० /
मेहता पब्लिशिंग हाऊस यांची सुधारित तृतीयावृत्ती : मार्च, २०१८

P Book ISBN 9789387789272
E Book ISBN 9789387789289
E Books available on : play.google.com/store/books
www.amazon.in/b?node=15513892031

शिवाजी विद्यापीठाच्या
मराठा इतिहास विभागाचे प्रमुख,
अमेरिकेतील फिस्क विद्यापीठातील
अभ्यागत प्राध्यापक,
आणि माझे गुरुवर्य
डॉ. व. दी. राव
यांच्या पवित्र स्मृतीस....

प्रस्तावना

स. १९८४ सालापासून स. २००२ सालापर्यंत अनेक इतिहास परिषदांच्या अधिवेशनांत अध्यक्ष म्हणून अगर प्रमुख पाहुणा म्हणून मी केलेल्या भाषणांचा हा लेखसंग्रह इतिहासप्रेमी वाचकांपुढे ठेवत असताना, मला आनंद होतो आहे.

प्रस्तुत संग्रहात एकूण नऊ भाषणे असून, त्यांपैकी सहा भाषणे आपल्या ऐतिहासिक वारशाचा शोध घेणारी आणि हा वारसा जतन करण्यासाठी आपण काय उपयायोजना करावयास हवी, याचे विवेचन करणारी आहेत. या भाषणाच्या प्रसंगी माझ्यासमोर इतिहासाचे प्रौढ विद्यार्थी, शिक्षक, प्राध्यापक व अभ्यासक हेच बहुसंख्येने असल्याने, त्यांना उद्देशूनच मी माझे विचार मांडले आहेत. मराठ्यांनी इतिहास घडविला; पण इतिहास लिहिला नाही,जतन करून ठेवला नाही, हे ऐतिहासिक वास्तव व मनातील खंत केंद्रस्थानी ठेवूनच या लेखांत विचारप्रदर्शन केले आहे.

आपल्या पूर्वजांचा इतिहास आपण शोधावा, तो जतन करून ठेवावा; त्यासाठी ऐतिहासिक साधनांचा शोध घ्यावा व ती जतन करून ठेवावीत, अशी सांस्कृतिक परंपराच आमच्याकडे आंग्लाई येथे स्थिर होईपर्यंत निर्माण झालेली नव्हती. हे फक्त महाराष्ट्रापुरतेच नव्हे, तर भारताच्या इतर प्रदेशांसाठीही खरे आहे. महाराष्ट्राप्रमाणेच राजपुतान्याचा, माळव्याचा इतिहास युरोपियनांनीच प्रथम लिहिला. इतिहास ही गोष्ट जतन करायची असते, याचे सांस्कृतिक भानच आमच्या ठिकाणी नव्हते!

इंग्रजी राजवटीचा अप्रत्यक्ष परिणाम म्हणून हे भान आमच्यामध्ये

१९ व्या शतकाचा मध्य उलटल्यानंतर हळूहळू निर्माण होऊ लागले. नव्यानेच उदयास आलेल्या आंग्लविद्याविभूषित पिढीला इतिहास हे देशाभिमान व अस्मिता उत्पन्न करणारे एक प्रभावी साधन आहे, याची खात्री पटू लागली आणि त्याहून स्वदेशाच्या इतिहासाचा शोध घेणारी चळवळ महाराष्ट्रात उदय पावली. या चळवळीचे नेतृत्व खरे, पारसनीस, राजवाडे यांच्यापासून बेंद्रे , पगडी, अप्पासाहेब पवार यांच्यापर्यंत अनेक संशोधकांनी व इतिहासकारांनी केले. आज जो काही महाराष्ट्राचा संशोधित इतिहास आपणास वाचावयास मिळतो, त्याचे सर्व श्रेय या चळवळीस आहे.

तथापि, असा जो महाराष्ट्राचा संशोधित व प्रकाशित इतिहास आहे, त्याचे स्वरूप हिमनगाप्रमाणे आहे. महाराष्ट्राचा इतिहास म्हणजे अमेरिकेच्या इतिहासाप्रमाणे फक्त दोन-अडीचशे वर्षांचा इतिहास नाही. तो किमान दोन-अडीच हजार वर्षांचा इतिहास आहे. त्यांपैकी फार थोडा इतिहास आपण प्रकाशात आणू शकलो आहोत. कारण या इतिहासाची असंख्य साधने महाराष्ट्रात हजारो ठिकाणी दऱ्याखोऱ्यांतून आणि आडवळणी गावागावांतून विखुरलेली आहेत. सह्याद्रीच्या माथ्यावरील बुलंद किल्ले, लहान-मोठ्या गावांना (कसब्यांना) असणारे कोट, त्यामधील विहिरी (बाखा), तलाव, मंदिरे, समाध्या, भित्तिचित्रे, मूर्ती, शिल्पे, ताम्रपट, नाणी, शिलालेख, कागदपत्रांची दप्तरे अशी महाराष्ट्राच्या इतिहासाची बहुविध साधने सर्वत्र पसरलेली आहेत; आणि ती बहुतेक उपेक्षित अवस्थेत आहेत.

या सर्वांचा शोध घेण्याचे कार्य वाटते तेवढे सोपे नाही. त्यासाठी शेकडो ध्येयवादी अभ्यासक व संशोधक लागतील. इतिहास संशोधक हे काही आकाशातून पडत नाहीत! किंवा पीएच. डी. पदवी मिळाली की तो काही इतिहास संशोधक होत नाही. इतिहास संशोधक होण्यासाठी स्वदेशाच्या इतिहासाचा अभिमान, तो शोधून काढण्यासाठी लागणारी जिद्द व तळमळ, कष्ट उपसण्याची मानसिक तयारी, अशा अनेक बाबींची आवश्यकता असते.

राजवाडे, खरे, बेंद्रे, पगडी प्रभृती काही पीएच.डी. पदवी धारण करणारे नव्हते. पण त्यांचे संशोधन कार्य हे अव्वल दर्जाचे मानले जाते, हे आपण सर्व जण जाणतच आहोत.

इतिहास परिषदांत भाषणे देताना हा विचार सतत माझ्या नजरेसमोर होता. मला असे वाटत होते व आजही वाटते, की महाराष्ट्रभर पसरलेल्या इतिहासप्रेमींतून आणि अभ्यासकांतून संशोधक, इतिहासकार निर्माण होऊ शकतात. आणि म्हणूनच माझी सर्व भाषणे अशा इतिहासप्रेमींना ऐतिहासिक साधनांच्या अभ्यासाकडे वळविण्यासाठी, त्यांना संशोधनास उद्युक्त करण्यासाठी केलेली आहेत. ही भाषणे वाचून खरोखर एखादा इतिहासप्रेमी इतिहासाच्या संशोधनाकडे वळला, तर माझा हा सर्व खटाटोप सार्थकी लागल्याचे समाधान मला मिळेल.

ही भाषणे सलग एकाच ठिकाणी अथवा एकाच वेळी दिलेली नाहीत. त्यामुळे 'ऐतिहासिक साधनांची आमच्याकडून होणारी उपेक्षा' यासारख्या काही मुद्द्यांची अपरिहार्यरीत्या पुनरुक्ती झालेली आहे. तथापि काही ठिकाणी विषयाच्या स्पष्टीकरणासाठी ती आवश्यक वाटल्याने, ती तशीच ठेवली आहे.

उपरोक्त भाषणांशिवाय 'महाराष्ट्रातील प्रबोधनाची वाटचाल', 'सामाजिक शास्त्राच्या अभ्यासाची पुनर्रचना' आणि 'आधुनिक युगाची बीजे आमच्याकडे होती काय?' या तीन भाषणांचे विषय वेगवेगळे असले तरी आशयाच्या दृष्टीने त्यामध्ये साधर्म्य आढळेल. ही भाषणे महाराष्ट्राच्या इतिहासाचे सम्यक दर्शन घडविण्यास थोडीफार पूरक ठरतील, अशी आशा आहे.

– डॉ. जयसिंगराव पवार

अनुक्रमणिका

महाष्ट्रातील प्रबोधनाची वाटचाल*

पंधराव्या ते सोळाव्या शतकांच्या सुमारास युरोपात अर्वाचीन युगाचा उदय झाला. अंधश्रद्धेचे व बुरसटलेल्या विचाराचे जुने युग मागे पडून बुद्धिनिष्ठ विचार करणारा नवा मार्ग युरोपात उदयास आला. साहित्य, विज्ञान, धर्म, कला, अर्थकारण, राजकारण अशा जीवनाच्या सर्व क्षेत्रांत या नव्या युगाने प्रवेश केला. पूर्वीचे पंडित धर्मग्रंथांवर व धर्मगुरूंवर विश्वास ठेवणारे होते. अर्वाचीन युगातील पंडितांनी असा विश्वास ठेवण्यास नकार दिला. ज्ञानाच्या क्षेत्रात निरीक्षण व प्रयोग ही साधने त्यांनी स्वीकारली व या साधनांच्या द्वारा त्यांनी निसर्गातील अनेक रहस्यांचा शोध घेतला. अर्वाचीन युगात युरोपमध्ये अशा संशोधकांचा व शास्त्रज्ञांचा मोठा वर्ग निर्माण झाला आणि या वर्गाचे साहाय्य घेऊन युरोपाबाहेरील नव्या भूभागांचा शोध घेणारे खलाशी व व्यापारी यांचा आणखी एक नवा वर्ग उदयास आला.

पुढे १९व्या शतकातील औद्योगिक क्रांतीने युरोपीय समाजजीवनच बदलून गेले. हे घडत असता लोकशाही, व्यक्तिस्वातंत्र्य व राष्ट्रवाद या तत्त्वांना चालना देणाऱ्या फ्रेंच राज्यक्रांतीसारख्या घटना युरोपात घडून आल्या. या सर्वांचा परिपाक म्हणून युरोपात एक नवी विज्ञानाधिष्ठित बुद्धिनिष्ठ व्यापारी संस्कृती उदयास आली. ज्यांनी आमचा देश जिंकून येथे राज्य स्थापन केले, ते इंग्रज अशा संस्कृतीचे प्रमुख प्रणेते होते. त्यांच्या राज्यस्थापनेमुळे युरोपीय संस्कृतीचा आमच्या मध्ययुगीन हिंदी

---

* पंढरपूर येथे भरलेल्या 'महाराष्ट्रेतिहास परिषदे'च्या अधिवेशनात अर्वाचीन विभागाच्या अध्यक्षपदावरून केलेले भाषण – १९८४.

संस्कृतीशी संबंध आणि संघर्ष घडणे स्वाभाविक होते; आणि त्याचबरोबर हिंदुस्थानातील मध्ययुगाचा अंत होऊन येथे अर्वाचीन युगाचा उदय होणे, हेही अपरिहार्य होते.

राजा राममोहन रॉयसारखा हिंदुस्थानातील अर्वाचीन युगाचा मुख्य प्रवर्तक बंगालच्या भूमीवर निर्माण झाला; अन्य प्रांतात नाही. कारण वंगभूमीत अर्वाचीन युरोपीय संस्कृती व मध्ययुगीन हिंदी संस्कृती यांचा सर्वप्रथम संबंध व संघर्ष घडून आला. रॉय हे अशा दोन संस्कृतींच्या संघर्षातून उदय पावलेले व्यक्तित्व होते. प्राचीन उदात्त परंपरांचा वारसा त्यांनी टाकला नाही; पण त्याचबरोबर पाश्चात्त्य ज्ञानाचा- विशेषतः शास्त्रांचा- अभ्यास केल्याशिवाय आता तरणोपाय नाही, हे जाणून त्यांनी आपल्या बांधवांना नव्या युगाचे स्वागत करण्यास सिद्ध होण्याचा आदेश दिला.

रॉय यांच्या रूपाने हिंदुस्थानात अर्वाचीन युगाने आपली पहिली पावले टाकली तरी बाकीचा सारा देश मध्ययुगाच्या सावलीतच होता. १८५७ चा उठाव हा रॉय अथवा दादाभाई यांसारख्या नेत्यांच्या नेतृत्वाखाली झाला नाही, तो राणी लक्ष्मीबाई व पेशवा नानासाहेब यांच्या मार्गदर्शनाखाली झाला, ही एकच गोष्ट त्याची साक्ष पटविते.

या उठावातील पराभवाने आम्ही बरेच शिकलो. सरंजाम पद्धतीचा उठाव करून व पारंपरिक हत्यारांनी लढून इंग्रजांची सत्ता नष्ट करता येणार नाही, हा महत्त्वाचा धडा आम्ही त्यातून घेतला. आता जुन्या युगाच्या पुनरुज्जीवनासाठी न धडपडता स्वातंत्र्य, लोकशाही, राष्ट्रवाद या नव्या युगातील मानवी हक्कांसाठी संघर्ष केला पाहिजे आणि नव्या प्रेरणा शोधल्या पाहिजेत, नवे नेतृत्व निर्माण केले पाहिजे, ही जाणीव नव्याने इंग्रजी शिक्षण घेऊन जागृत झालेल्या पिढीस झाली. या जाणिवेतूनच दादाभाई नौरोजी, न्या. रानडे, विष्णुशास्त्री चिपळूणकर यांचे नवे नेतृत्व उदयास आले.

या नव्या नेतृत्वाच्या प्रेरणा इंग्रजी शिक्षणातून निर्माण झाल्या होत्या. इंग्रजी शिक्षणामुळेच युरोपातील राजकीय संस्था व विचार, सामाजिक जीवन, विद्या, कला, इतिहास यांची ओळख तरुण हिंदी सुशिक्षितांस झाली. इंग्लंडमधील लोकशाहीचा राजेशाहीविरुद्धचा लढा, अमेरिकन वसाहतवाल्यांनी मायदेशाविरुद्ध दिलेला लढा व फ्रेंचांनी

आपल्या राजांविरुद्ध केलेला संघर्ष यांसारख्या घटनांचे अन्वयार्थ इंग्रजांनी आता आम्हाला सांगायची गरज नव्हती. मेकॉलेसारख्या उदारमतवादी विचारवंताने व मुत्सद्याने ही गोष्ट अगदी प्रारंभीच भाकीत करून ठेवली होती. पण असे भाकीत आता आमच्यामधील लोकहितवादीसारखा द्रष्टा सुधारकही करू लागला, ही गोष्ट विशेष मानावी लागेल.

आपल्या शतपत्रात लोकहितवादी म्हणतात, ''लोक शहाणे झाले म्हणजे हळूच इंग्रजाजवळ म्हणतील की, आम्हांस तुमच्या देशात आहे तसे पार्लमेंट द्या... परंतु ज्या काळी इंग्रज गडबड करू लागतील किंवा काही नवीन कानू करावयाचा आग्रह करतील, त्या काळी अमेरिकेत झाले तसे होऊन हिंदी लोक आपणास स्वतंत्र करून घेतील व इंग्रजांस सांगतील की, तुम्ही आपले देशास जावे.''

महात्मा गांधीची १९४२ ची 'चले जाव' चळवळ शंभर वर्षे अगोदर वर्तवणारा विचारवंत महाराष्ट्रात निर्माण झाला, ही बाब महाराष्ट्राला खचितच भूषणास्पद आहे.

महाराष्ट्रापुरते बोलायचे झाल्यास अर्वाचीन युगाची सुरुवात मुंबईपासून झाली. सतराव्या शतकात इंग्रजांनी मुंबई हेच आपले पश्चिम किनाऱ्यावरील मुख्य ठाणे बनविल्यापासून मुंबईची भरभराट होतच गेली. इंग्रजी सत्तेचे व संस्कृतीचे ते मुख्य केंद्र बनले. महाराष्ट्रातील प्रारंभीच्या राजकीय व सामाजिक चळवळी येथे उगम पावल्या.

देशातील प्रारंभीची राजकीय संस्था 'बॉम्बे असोसिएशन' येथे स्थापन झाली. महाराष्ट्राचे आद्य समाजसुधारक जगन्नाथ शंकर शेट, डॉ. भाऊ दाजी लाड, आचार्य बाळशास्त्री जांभेकर, दादोबा पांडुरंग, आत्माराम पांडुरंग, भाऊ महाजन, मोरोबा कान्होबा विजयकर इत्यादी नामवंतांनी येथेच प्रथम समाजसुधारणा आरंभिली. पहिले इंग्रजी वृत्तपत्र 'बॉम्बे हेराल्ड' व पहिले मराठी वृत्तपत्र 'दर्पण' येथेच सुरू झाले. महाराष्ट्रातील पहिले महाविद्यालय व पहिले विद्यापीठ येथेच स्थापन झाले. महाराष्ट्रातील पहिली कारखानदारी व प्रारंभीचे औद्योगिक जीवन येथे निर्माण झाले. सारांश, मुंबई शहराने आधुनिक महाराष्ट्राचे केवळ राजकीयच नव्हे, तर सामाजिक व आर्थिक जीवनही घडवले आहे.

मुंबईच्या खालोखाल आधुनिक महाराष्ट्र घडविणारे दुसरे शहर

म्हणजे पुणे. पेशवाईच्या अस्तानंतर त्याचे महत्त्व मागे पडले होते. पण १९व्या शतकाच्या शेवटी न्या. रानडे, विष्णुशास्त्री चिपळूणकर, लो. टिळक, प्रि. आगरकर, म. फुले, ना. गोखले, डॉ. भांडारकर प्रभुतींनी पुण्यास पुन्हा एकदा हिंदुस्थानात वैभवाचे स्थान प्राप्त करून दिले. 'न्यू इंग्लिश स्कूल', 'डेक्कन एज्युकेशन सोसायटी', 'सार्वजनिक सभा', 'केसरी-मराठा' इत्यादी अनेक संस्था पुण्यात उदयास आल्या. म. फुल्यांच्या 'सत्यशोधक समाजा'ची स्थापना येथेच झाली. येथेच मराठी भाषेच्या 'शिवाजीने' आपल्या 'निबंधमालेतून' राज्यकर्त्यांच्या मग्रूर धोरणावर तोफ डागली; व स्वदेश, स्वसंस्कृतीबद्दलची अस्मिता जागृत केली. या 'शिवाजी'ची परंपरा त्याचे शिष्योत्तम टिळक-आगरकर यांनी 'केसरी- मराठ्यां'तून अधिक जोमाने पुढे चालवली. महर्षी कर्व्यांनी पुण्यामध्येच आपले स्त्रीउद्धाराचे कार्य आरंभिले, आणि याच पुण्यातील जेधे मॅन्शनमधून महाराष्ट्रातील ब्राह्मणेतर चळवळीची सूत्रे हलली. अशा प्रकारे प्रारंभी मुंबईने व नंतर पुण्याने आधुनिक महाराष्ट्राचा इतिहास घडवला.

गेल्या शतकात महाराष्ट्रात दोन प्रकारच्या चळवळी उत्पन्न झाल्या. पहिली समाजसुधारणेची, तर दुसरी राजकीय स्वातंत्र्याची. दोन्ही चळवळींचे उगमस्थान देशात इंग्रजी शिक्षणाने झालेल्या प्रबोधनात होते. तथापि राजकीय हक्कांसाठी निर्माण झालेली चळवळ उशिरा सुरू झाली. तिची अधिकृत सुरुवात राष्ट्रीय सभेच्या स्थापनेपासून झाली असली तरी तिला खरे राष्ट्रीय स्वरूप कर्झनशाहीतील 'वंगभंगाच्या चळवळी'च्या वेळीच प्राप्त झाले. ही गोष्ट १९०५/०६ ची होय. तत्पूर्वी समाजसुधारणा चळवळीत अनेक विचारमंथने झाली होती. 'परमहंस सभे'पासून 'वेदोक्ता'पर्यंत अनेक वादळे निर्माण झाली होती. स्वाभाविकच आधुनिक महाराष्ट्राच्या इतिहासात या समाजसुधारणा चळवळीस अग्रस्थान देणे क्रमप्राप्त ठरते.

आचार्य बाळशास्त्री जांभेकर, विष्णुशास्त्री पंडित, लोकहितवादी, दादोबा पांडुरंग इत्यादी आद्य समाजसुधारकांचे विचार व कार्य म्हणजे इंग्रजी संस्कृतीची पहिली प्रतिक्रिया होती. स्वदेशाच्या अज्ञानाची व गुलामगिरीची खरी जाणीव होऊन त्यांच्या अंतःकरणात निर्माण झालेल्या देशप्रेमाने त्यांनी समाजाच्या उद्धाराचे कार्य हाती घेतले. संतपुरुषाप्रमाणे

प्रसंगी अवहेलना पदरी पडली तरी त्यांनी समाजसेवेचे व्रत सोडले नाही. इंग्रजी शिक्षण, स्त्री शिक्षण, विधवाविवाह, बालविवाहास व केशवपनास विरोध, अस्पृश्यतेचा निषेध या सुधारणांचा पुरस्कार त्यांनी लेखणीच्या द्वारे केला. असे विचार प्रकट करणेही त्या काळी मोठी सामाजिक बंडखोरी होती.

या आद्य समाजसुधारकांत म. जोतिबा फुले यांचे एक आगळे स्थान आहे. त्या काळचे बहुतेक सुधारक उच्चवर्णीय व आंग्लविद्याविभूषित होते; पण जोतिबा अल्पशिक्षित व बहुजन समाजातील होते. उच्चवर्णीय सुधारकांचे विचार पांढरपेशा समाजाभोवतीच फिरत होते; तर जोतिबांनी सर्व समाजालाच गवसणी घातली होती. मतलबी भटभिक्षुकांच्या विळख्यातून अज्ञानी बहुजन समाजास सोडविण्याचा एकच उपाय म्हणजे शिक्षण व जनजागृती, हे आपल्या ओबडधोबड भाषेत त्यांनी मांडले. विष्णुशास्त्रींप्रमाणे त्यांची भाषा प्रतिभासंपन्न नव्हती. पण त्यांच्या विचारातील सौंदर्य जगातील कोणत्याही महात्म्याच्या विचारसौंदर्याशी स्पर्धा करणारे होते. जोतिबांनी फक्त महारा-मांगांचाच विचार केला नाही, तर गिरणीतील कामगारांपासून ब्राह्मण- विधवांपर्यंतच्या सर्व प्रश्नांना वाचा फोडली. ते पुस्तकी पंडित नव्हते, ते कृतिवीर होते. केशवपनाविरुद्ध आतापर्यंत अनेकांनी जहरी टीका केली; पण केशवपन करणाऱ्या न्हाव्यांमध्येच जागृती करून त्यांचे या दुष्ट रूढीवर बहिष्कार टाकण्याचे सहकार्य मिळण्याचा पराक्रम जोतिबांनीच केला!

१८८५ ला राष्ट्रसभेची स्थापना होऊन तिचे अधिवेशन महाराष्ट्रात पुण्याला व्हायचे होते ते मुंबईस झाले, हा काही योगायोग नव्हता. न्या. रानडे, लो. टिळक, प्रि. आगरकर, तेलंग, भांडारकर इत्यादी अनेक खंद्या मराठी नेत्यांचा त्यात सहभाग होता. महाराष्ट्रात त्या काळी झालेल्या राष्ट्रीय प्रबोधनाचे ते द्योतक होते. समाजसुधारणेबरोबर आता महाराष्ट्र राष्ट्रीय स्वातंत्र्याच्या आंदोलनात अग्रेसर राहणार होता. विष्णुशास्त्रींनी जागृत केलेला स्वदेशाभिमान, टिळक-आगरकरांनी केसरी-मराठाद्वारा निर्माण केलेला असंतोष, न्या. रानड्यांनी सार्वजनिक सभेमार्फत केलेली जनजागृती, आणि दादाभाई प्रभृतींचे राजकीय प्रयत्न या सर्वांची पार्श्वभूमी महाराष्ट्राच्या या राजकीय प्रबोधनाच्या मागे उभी होती.

पण लवकरच महाराष्ट्रात राष्ट्रीय स्वातंत्र्य चळवळीचा समाजसुधारणा चळवळीशी संघर्ष घडून आला. रानडे-आगरकरप्रणीत समाजसुधारणावादी पक्ष एका बाजूस व टिळकप्रणीत राजकीय सुधारणावादी पक्ष एका बाजूस, असे वैचारिक युद्ध १८८५ ते १८९५ या काळात बरेच रंगले. सामाजिक सुधारणांच्या निमित्ताने राष्ट्रीय स्वातंत्र्याची चळवळ दुभंगू नये, म्हणून लोकमान्य टिळकांनी सनातन्यांची पाठराखण केली. पण स्त्रीशिक्षण, अस्पृश्योद्धार इत्यादी सामाजिक सुधारणा हाही व्यापक राष्ट्रीय स्वातंत्र्याचाच एक भाग आहे, असे रानडे-आगरकर तसेच म. फुले, राजर्षी शाहू महाराज यांनी मानले. जोपर्यंत आम्ही आमच्याच समाजातील काही वर्गांना गुलामीत ठेवीत आहोत, तोपर्यंत इंग्रजांपासून स्वातंत्र्याचे हक्क मागावयास आम्हास नैतिक अधिकार नाही, असे सामाजिक सुधारणावाद्यांचे प्रतिपादन होते.

न्यायमूर्ती रानडे यांनी राजकीय क्षेत्रामधील बुद्धिनिष्ठा, व्यक्तिस्वातंत्र्य, समता इत्यादी तत्त्वे सामाजिक क्षेत्रात आणण्याचा, म्हणजे सर्वंकष सुधारणावादाचा आग्रह धरला, तर प्रि. आगरकरांनी व्यक्तिस्वातंत्र्य व बुद्धिप्रामाण्य या तत्त्वांस उचलून धरून आपल्या 'सुधारकां'तून बुरसटलेल्या विचारांवर प्रखर हल्ले केले. याच सुमारास बहुजन समाजास म. फुल्यांनंतर राजर्षी शाहू महाराज यांच्या रूपाने थोर क्रांतिकारी सुधारक मिळाला. वेदोक्त प्रकरणात खुद्द छत्रपतींचा स्वाभिमान डिवचला गेल्याने त्यांच्यातील सुधारक जागा झाला. अज्ञान, अंधश्रद्धा व दारिद्र्य यांनी गांजून गेलेल्या बहुजन समाजास जागृत करण्याचे प्रचंड कार्य त्यांनी प्रसंगी राजवस्त्रे खाली ठेवावी लागली तरी बेहत्तर, या निर्धाराने केले. स्वतःच्या घराण्यातच आंतरजातीय विवाह घडवून आणण्यापासून महार, मांग, फासेपारधी यांना खासगी सेवेत नोकऱ्या देण्यापर्यंत आणि प्रत्येक जाती-जमातीची वसतिगृहे काढण्यापासून प्राथमिक शिक्षण सक्तीचे करण्यापर्यंत शाहू महाराजांनी सुधारणेचे अनेक प्रयोग आपल्या राज्यात केले.

फुले-शाहूंच्या चळवळीचा वारसा पुढे डॉ. बाबासाहेब आंबेडकर, महर्षी वि. रा. शिंदे, कर्मवीर भाऊराव पाटील, डॉ. पंजाबराव देशमुख, संतश्रेष्ठ गाडगेबाबा या सुधारकांनी चालवला. डॉ. आंबेडकरांनी महाराष्ट्रातीलच नव्हे, तर अखिल हिंदुस्थानातील अस्पृश्यांचे नेतृत्व

केले. त्यांनी महाराष्ट्रात केलेले धर्मांतर हा सामाजिक इतिहासातील महत्त्वाचा टप्पा समजावा लागेल. महर्षी शिंदे हे बहुजन समाजातील एक श्रेष्ठ विचारवंत होते. प्रार्थना समाजापासून कायदेभंगाच्या चळवळीपर्यंत अनेक सामाजिक व राजकीय चळवळींत भाग घेणारा हा नेता धर्मतत्त्वज्ञानापासून ते मानववंशशास्त्रापर्यंत अनेक विद्यांचा भोक्ता होता. कर्मवीर भाऊराव पाटील व डॉ. पंजाबराव देशमुख यांनी शिक्षणाची गंगोत्री कुणब्यांच्या दारापर्यंत नेली, तर गाडगेबाबांनी आपल्या कीर्तनातून धर्मभोळेपणा व अंधश्रद्धा यांवर हल्ले चढवले.

चालू शतकाच्या पहिल्या दोन-तीन दशकांत बहुजन समाजातील मराठा वर्गात शिक्षणाचा प्रसार होऊन नवी सामाजिक जाणीव असलेला एक कार्यकर्त्यांचा संघ तयार झाला. त्यांनी महात्मा फुले व राजर्षी शाहू महाराज यांच्यापासून प्रेरणा घेऊन ब्राह्मणेतर चळवळ उभारली. नाम. भास्करराव जाधव, श्रीपतराव शिंदे, केशवराव जेधे, दिनकरराव जवळकर, भाऊराव पाटील हे या चळवळीचे नेते होते. १९२० ते ३० या काळात या चळवळीने केशवराव जेध्यांच्या नेतृत्वाखाली टिळकपंथीयांशी संघर्ष करून महाराष्ट्रात तुफान उठविले. पण पुढे याही नेत्यांना समाजसुधारणेप्रमाणे राजकीय सुधारणेचे महत्त्व वाटून ब्राह्मणेतर पक्ष मोठ्या संख्येने जेध्यांच्या नेतृत्वाखाली राष्ट्रीय सभेत सामील झाला. १९३० सालापावेतो महाराष्ट्रात राष्ट्रीय सभेत ब्राह्मण मंडळींचा भरणा असे. आता महात्मा गांधींच्या नेतृत्वाखालील राष्ट्रीय सभेने अस्पृश्योद्धारासारखे समाजसुधारणेचे कार्यक्रम हाती घेतल्याचे पाहून ही ब्राह्मणेतर पक्षाची मंडळी राष्ट्रीय प्रवाहात सामील झाली. या घटनेमुळेच राष्ट्रीय सभा महाराष्ट्रात खेड्यापाड्यांत जाऊन पोहोचली.

आधुनिक महाराष्ट्रात सशस्त्र क्रांतिकारकांचा जो पंथ निर्माण झाला, त्याचाही येथे उल्लेख करणे आवश्यक आहे. सन १८७८/७९ मध्ये वासुदेव बळवंतांनी इंग्रजी सत्तेविरुद्ध बंड पुकारले. शिवाजीप्रमाणे आपणही इंग्रजांच्या बलाढ्य सत्तेस नमवू, अशी महत्त्वाकांक्षा त्यांनी धरली. पुढे चाफेकर बंधूंनी रॅन्डसाहेबास ठार करून अत्याचारी राज्यकर्त्यांस धडा शिकवला. वासुदेव बळवंत व चाफेकर बंधू यांच्यापासून प्रेरणा घेऊन स्वा. सावरकरांनी सशस्त्र क्रांतीची ही परंपरा पुढे चालू ठेवली. तथापि इंग्रजी सत्तेचे अफाट सामर्थ्य, आपल्या देशाचे विशालत्व व

सामान्य जनतेच्या सक्रिय पाठिंब्याचा अभाव यामुळे महाराष्ट्रातच नव्हे, तर अन्य प्रांतांतही सशस्त्र क्रांती यशस्वी होऊ शकली नाही.

शेवटी राष्ट्रीय स्वातंत्र्याच्या आंदोलनात महाराष्ट्रात सातारा जिल्ह्यात प्रतिसरकारचा जो अभिनव प्रयोग करण्यात आला, त्याकडेही मी आपले लक्ष वेधू इच्छितो. सातारा जिल्ह्यातील राष्ट्रप्रेमी जनतेने क्रांतिसिंह नाना पाटलांच्या नेतृत्वाखाली 'चले जाव' चळवळीच्या अंतर्गत हा लोकराज्याचा यशस्वी प्रयोग केला गेला. तुफान सेनेपासून गांधी लग्नापर्यंत अनेक अभिनव प्रयोग साताराच्या ग्रामीण जनतेने केले. जगातील प्रथम क्रमांकाच्या साम्राज्याची सत्ता साताराच्या डोंगराळ भागात तीन-चार वर्षे नाहीशी होऊन तिथे 'प्रतिसरकार'ची सत्ता चालली, ही घटनाच आधुनिक महाराष्ट्राच्या इतिहासात विलक्षण आहे!

अशा प्रकारे महाराष्ट्राच्या गेल्या शंभर वर्षांच्या इतिहासात सामाजिक व राजकीय क्षेत्रांत अनेक अभिनव प्रयोग झाले. अनेक संस्था, चळवळी व आंदोलने उभी राहिली. सत्यशोधक समाजापासून साताराच्या प्रतिसरकार चळवळीपर्यंत अनेक चळवळींचा अद्यापही व्हावा तसा अभ्यास होऊ शकला नाही. महर्षी शिंदे, केशवराव जेधे, शंकरराव मोरे, भाऊराव पाटील, नाना पाटील इ. अनेक सुधारकांच्या चरित्राची साधने कालौघात नष्ट पावत आहेत. अनेक सामाजिक संस्थांच्या व जुन्या वृत्तपत्रांच्या फायली अभ्यासकांची वाट पाहत आहेत. आमच्या कोल्हापुरात राजर्षी शाहू महाराजांच्या चरित्राची शेकडो साधने अद्यापही अप्रकाशित आहेत. महाराष्ट्रेतिहास परिषदेसारख्या संस्थेकडून अशा प्रकारच्या संशोधनाला व अभ्यासाला भविष्यकालात चालना मिळेल, अशी आशा मी या ठिकाणी व्यक्त करतो.

दि. ५ फेब्रुवारी १९८४

इतिहासाभ्यासाची आमची अनास्था*

इतिहाससंबंधी आवड निर्माण व्हावी, अभ्यासू वृत्ती वाढीस लागावी, इतिहासाचा मागोवा घेतला जावा, यासाठी आपल्या 'मराठवाडा इतिहास परिषदे'सारख्या प्रादेशिक परिषदा उदयास आल्या पाहिजेत. अशा परिषदा भरणे अथवा भरविणे, ही काळाची गरज आहे. आपणास हे ऐकून निश्चितच आनंद वाटेल, की आम्हीही शिवाजी विद्यापीठाच्या परिसरात अशा प्रकारची इतिहास परिषद नुकतीच स्थापन केलेली आहे. पण इतिहासाच्या या क्षेत्रात मराठवाडा निश्चितच सहा वर्षे पुढे गेलेला आहे, हे मी आपल्या निदर्शनास आणू इच्छितो.

आमच्या समाजात इतिहाससंबंधी मोठे प्रेम दाखविले जाते. या प्रेमाचे प्रदर्शन करण्यात, इतिहासातील थोर पुरुषांचे पुतळे उभारण्यात आणि त्यांच्या जयंत्या-मयंत्या साजऱ्या करण्यात सर्व जगात आपला हात कोणी धरू शकेल असे वाटत नाही! पण हे सर्व प्रेम वरवरचे आहे. त्याला काही शास्त्रीय अथवा बौद्धिक बैठक नाही. थोर पुरुषांच्या पुतळ्याची होणारी विटंबना आणि ऐतिहासिक वास्तूंची होणारी उपेक्षा पाहिल्यावर, हे माझे म्हणणे चुकीचे नाही, हे आपणासही पटेल.

अगदी प्राचीन कालापासून इतिहास या विषयाची आम्ही उपेक्षा करीत आलेलो आहोत. आमच्याकडे उपनिषदे रचणारे, रामायण-महाभारत लिहिणारे ऋषीमुनी, महाकवी झाले; पण हिरोडोट्स, थुसीडीडस

---

* अंबड, जि. जालना येथे भरलेल्या मराठवाडा इतिहास परिषदेच्या सहाव्या अधिवेशनाचा प्रमुख पाहुणा म्हणून केलेले भाषण - १९८५.

किंवा प्लिनीसारखे इतिहासकार झाले नाहीत. याचे मूळ कारण आमच्या संस्कृतीच्या अध्यात्मवादी विचारसरणीत आहे. आमच्या प्राचीन पंडितांच्या मते राजे, राज्य, राजकारण आणि युद्धे या सर्व गोष्टी मायावादात मोडत होत्या. ब्रह्मज्ञानाची ओढ लागलेल्या आमच्या समाजातील पंडितांना इतिहासाकडे बघायला उसंत नव्हती. किंबहुना इतिहास हा समाजधारणेसाठी आणि समाजाच्या भावी वाटचालीसाठी एक आवश्यक अशी बाब आहे, हे त्यांच्या ध्यानातच येऊ शकले नाही. त्यामुळे एखादा राजतरंगिणीसारखा अपवाद सोडल्यास आमच्या पंडितांनी एक तर भाकडकथांनी भरलेली पुराणे निर्माण केली, अथवा मोक्षाप्रत जाणाऱ्या विविध मार्गांची शास्त्रे निर्माण केली. आमच्या पंडितांनी पुराणाच्या निर्मितीत जेवढी शक्ती खर्च केली, त्याच्या एकशतांश जरी इतिहासनिर्मितीसाठी खर्च केली असती, तर हिंदुस्थानच्या इतिहासाची अनेक दालने आज समृद्ध झालेली दिसली असती.

इतिहाससंबंधीची ही अनास्था इंग्रज या देशात येईपर्यंत होती. महाराष्ट्रापुरते बोलायचे झाल्यास मराठ्यांचा पहिला इतिहास युरोपियनांनी लिहिला. मराठी राज्य अस्तित्वात असतानाच स्प्रिंगेल या जर्मन पंडिताने मराठ्यांचा इतिहास लिहिला होता. पुढे मराठी राज्य समाप्त झाल्यावर मराठ्यांचा पहिला समग्र इतिहास लिहिला तो मराठ्यांना पराभूत करणाऱ्या इंग्रजांच्या गोटातील ग्रँट डफ या इतिहासकाराने – (सन १८२६). ज्या मराठ्यांपासून इंग्रजांनी राज्य जिंकून घेतले, त्यांची भाषा तो शिकला, त्यांच्या इतिहासाची कागदपत्रे त्याने जमवली आणि त्यांचा अभ्यास करून मराठ्यांसमोर त्यांचा इतिहास मांडला. अर्ध शतकाहून अधिक काल हिंदुस्थानावर अधिसत्ता गाजविणाऱ्या मराठ्यांनी मात्र आपला इतिहास लिहिला नाही! मराठ्यांनी इतिहास घडविला खरा, पण इतिहास लिहिला नाही, हेही तितकेच खरे!

येथे कोणी असे म्हणेल की मराठ्यांनी बखरी नाही का लिहिल्या? बखरी म्हणजे इतिहासलेखनाचाच एक प्रकार होय. पण या बखरींना इतिहास म्हणावे की पुराणांचा नवा अवतार म्हणावे, असा प्रश्न अनेकदा मनाला पडतो. कृष्णाजी अनंत सभासद याची 'सभासद बखर' ही सर्व बखरींमध्ये गुणांनी पहिल्या दर्जाची बखर मानली जाते. मराठी माणसाने लिहिलेले शिवछत्रपतींचे हे आद्य चरित्र होय.

या अर्थाने या बखरीस अनन्यसाधारण स्थान आहे. पण हा बखरकार शिवचरित्र सांगून झाल्यावर वाचकांस काय उपदेश करतो ते पाहा :

"चरित्र पुण्यश्लोक राजियाचे जे घरी लिहून ठेवतील त्यांच्या भाग्यास पारावार नाही व जे वाचतील त्यास मोठे पुण्य जोडेल. निपुत्रियांस पुत्र होतील व दरिद्र्यांस लक्ष्मीवंत होतील व अपेशियांस यशवंत होतील व पुण्यश्लोक पराक्रमी होतील. जे पुत्रवंत असतील त्यासही पुत्र होतील. जे लक्ष्मीवंत असतील ते विशेष भाग्यवंत होतील. यशस्वी असतील ते दिग्विजयी होतील. येणेप्रमाणे सर्व मनोरथ पूर्ण होतील."

इतिहासातील थोर पुरुषांच्या चरित्राकडे बघण्याचा हा दृष्टिकोन शास्त्रशुद्ध नाही. ज्यांनी मागे पुराणे लिहिली त्यांनीच आता बखरी लिहिल्या, एवढाच त्याचा अर्थ. पुराणांत काल्पनिक कथा होत्या. बखरीत घडलेल्या कथा होत्या; पण या कथांकडे बघण्याचा आमचा दृष्टिकोन पौराणिकच होता; वास्तव अथवा शास्त्रीय नव्हता.

ग्रँट डफने मराठ्यांचा पहिला समग्र इतिहास लिहिला खरा, पण त्यात अनेक उणिवा राहून गेल्या होत्या. या उणिवांची कल्पना अनेक वर्षे कुणालाच आली नाही. कारण तेवढी बौद्धिक पात्रता आमच्या ठिकाणी निर्माण झालेली नव्हती. ग्रँट डफच्या इतिहासावर पहिला हल्ला चढविला तो रावबहादूर कीर्तने या आंग्लविद्याविभूषित अशा एका मराठी विद्वानाने– (सन १८६७). कीर्तने यांनी डफच्या इतिहासावर पहिली टीका लिहिली आणि अनेक ठिकाणी डफ कसा चुकला आहे, हे साधार दाखवून दिले. कीर्तने यांची ही टीका म्हणजे महाराष्ट्रातील इतिहास संशोधनाचा श्रीगणेशा होता. महाराष्ट्रातील इतिहास प्रबोधनाची ती चाहूल होती.

जित समाजावर केवळ राजकीय गुलामगिरीच लादली जाते असे नाही, तर जितांच्या संस्कृतीचे व इतिहासाचे विकृतीकरण केले जाते. ही गोष्ट आंग्लविद्याविभूषित अशा आमच्या राष्ट्रीय विचाराच्या विद्वानांच्या ध्यानात आल्याशिवाय राहिली नाही. तेव्हा आपला इतिहास आपणच प्रकाशात आणण्याचे कार्य केले पाहिजे, या भावनेतून साने, मोडक, पारसनीस, राजवाडे, खरेशास्त्री इत्यादी राष्ट्रीय इतिहास संशोधकांची नवी पिढी उदयास आली. भारत इतिहास संशोधक मंडळासारख्या

राष्ट्रीय संस्था उदयास आल्या. संशोधनाची ही परंपरा महाराष्ट्रात सरदेसाई, बेंद्रे, खरे, पगडी, अप्पासाहेब पवार, मिराशी, सांकलिया इत्यादी नामवंत संशोधकांनी पुढे चालू ठेवली. आज जो महाराष्ट्राचा इतिहास दिसतो आहे, तो या संशोधकांच्या श्रमांचे फल आहे.

स्वातंत्र्यपूर्वकालात स्वदेशाच्या इतिहासाच्या साधनांचा शोध घेण्याचे कार्य प्रामुख्याने देशी विद्वानांना करावे लागले. अनंत अडचणींना तोंड देत त्यांनी हजारो ऐतिहासिक साधने प्रकाशात आणली. वास्तविक स्वातंत्र्योत्तर कालखंडात स्वदेशाच्या इतिहासाच्या साधनसंपत्तीचा शोध जारीने घेऊन ती जतन करून ठेवण्याच्या कामास गती द्यावयास हवी होती. ऐतिहासिक वास्तू व कागदपत्रे यांचे जतन करण्यासाठी शासनाने मोठा प्रयत्न करावयास हवा होता. इतिहासाचे शोधन व जतन हे एक राष्ट्रीय कार्य आहे, याची जाणीव लोकांत निर्माण करावयास हवी होती. असे कार्य करणाऱ्या संस्थांना सढळ हाताने साहाय्य करावयास हवे होते.

या दिशेने शासनाचे प्रयत्न झालेच नाहीत, असे मला म्हणावयाचे नाही. पण जे प्रयत्न चालू आहेत ते अत्यंत जुजबी आहेत. ते नोकरशाहीचे प्रयत्न आहेत. सर्व महाराष्ट्रभर पसरलेली ऐतिहासिक साधनसंपत्ती जतन करून ठेवावी, अशी आच त्यांना नाही. म्हणून एके काळच्या बुलंद पन्हाळगडाची व सिंधुदुर्गाची तटबंदी दर वर्षी ढासळत आहे, तिकडे त्यांचे लक्ष नाही.

महाराष्ट्रात आत शेकडो गडकोट अत्यंत दुर्लक्षित अवस्थेत आहेत. त्या सर्वांची डागडुजी करणे ही शासनाच्या आवाक्याबाहेरची गोष्ट आहे हे खरे; पण निदान रायगड, राजगड, सिंहगड, पन्हाळा असे आठ-दहा किल्ले निवडून शिवकालातील या ऐतिहासिक वास्तूंचे जतन करणे शासनाला अशक्यप्राय नाही. ज्या वेगाने महाराष्ट्रातील किल्ले जमीनदोस्त होत आहेत, हे पाहिल्यावर असे वाटते की, आणखी पन्नास ते पंचाहत्तर वर्षांनी २१च्या शतकातील शिवाजी महाराजांच्या वारसदारांना इतिहासाच्या पुस्तकातील किल्ल्यांची चित्रे पाहूनच किल्ल्यावर हिंडल्याचे समाधान मानावे लागेल.

जी अवस्था गडकोटांची, तीच अवस्था वीर पुरुषांच्या समाध्यांची आहे. रायगडावरील शिवछत्रपतींच्या भग्न समाधीचा जीर्णोद्धार करण्यासाठी

लोकमान्य टिळकांना एक छोटी चळवळ उभारावी लागली. एका राष्ट्रपुरुषाच्या समाधीचा जीर्णोद्धार करण्यासाठी दुसऱ्या एका राष्ट्रपुरुषाचा जन्म व्हावा लागला.

शिवछत्रपतींचा महान सेनापती हंबीरराव मोहिते याची समाधी कऱ्हाडजवळ तळबीड या गावी आहे, हे आपणापैकी किती जणांना माहीत आहे? परवापर्यंत ही समाधी भग्न अवस्थेत उभी होती. गेल्या वर्षी छात्रसेनेच्या विद्यार्थ्यांनी मोठ्या हौसेने श्रमदान करून या समाधीचा जीर्णोद्धार केला. त्यांनी केला म्हणून तो झाला!

मराठ्यांचा दुसरा महान सेनापती संताजी घोरपडे याची समाधी म्हणजे सातारा जिल्ह्यातील म्हसवड या गावच्या माळावर पडलेला एक दगडधोंड्यांचा ढीगच आहे. धनगर मंडळी त्या दगडांना शेंदूर फासून 'संतुबा' म्हणून त्याची पूजा करतात. आमच्याच इतिहासातील पराक्रमी पुरुषांच्या स्मृतिअवशेषांची ही विटंबना आम्ही अजूनही चालू ठेवली आहे.

प्रत्येक गोष्ट शासन करेल अशी अपेक्षा धरणे चुकीचे होईल. समाजातील इतिहासप्रेमी ऐतिहासिक वास्तूंच्या जतनाबद्दल जागरूक राहिले, तर अनेक गोष्टी साध्य होतील. नगरपालिका व जिल्हा परिषदा यांसारख्या संस्थांच्या अधिकारातही अशा ऐतिहासिक वास्तूंचा जीर्णोद्धार करता येईल. पण त्यासाठी त्या त्या प्रदेशातील लोकांनी जाणीवपूर्वक प्रयत्न करावे लागतात.

कोल्हापूरच्या दक्षिणेस ५० मैलांवर नेसरी या ठिकाणी शिवछत्रपतींचा पराक्रमी सेनापती प्रतापराव गुजर याची समाधी आहे. ही समाधी गावच्या बाहेर डोंगरभागात एका ओढ्याच्या काठी होती. कालप्रवाहात पडून-झडून तिचे फक्त काही चिरे शिल्लक राहिले होते. बारा-तेरा वर्षांपूर्वी कोल्हापुरातील आम्ही काही इतिहासप्रेमी मंडळींनी त्या समाधीचा शोध घेतला आणि सलग दोन वर्षे तेथे प्रतापरावांची पुण्यतिथी साजरी केली. तसेच समाधीचा जीर्णोद्धार करण्याचाही आम्ही संकल्प सोडला. मूळ आमची योजना हजार पाचशे रुपये वर्गणी जमवून साधी समाधी बांधून काढण्याची होती. दरम्यान जिल्हा परिषद, कोल्हापूर, यांचे लक्ष या भग्न समाधीकडे वेधवून घेण्यात आम्ही यशस्वी झालो. विशेष म्हणजे जिल्हा परिषदेच्या लोकनियुक्त पदाधिकाऱ्यांनी त्यात इतका

रस घेतला, की त्यांनी समाधीच्या ठिकाणी चाळीस-पंचेचाळीस हजार रुपये खर्च करून एक भव्य स्मृतिमंदिरच उभारले!

युरोप-अमेरिकेत आपल्या राष्ट्रपुरुषांच्या स्मृतीचे व ऐतिहासिक वास्तूंचे जतन कसे केले जाते, याची आपणास कल्पना आहेच. पाश्चात्त्य देशांत जवळजवळ प्रत्येक लहान-मोठ्या गावी त्या गावचा इतिहास सांगणारे एक वस्तुसंग्रहालय असते आणि अशा वस्तुसंग्रहालयाचा गावकऱ्यांना मोठा अभिमान असतो. अमेरिकेचा इतिहास म्हणजे केवळ तीन-चारशे वर्षांची कथा. पण आज इतिहासाचे जतन सर्वांत जास्त अमेरिकेत होत आहे आणि आपला इतिहास पाच हजार वर्षांची पुराणी (जुनी) परंपरा लाभलेला आहे. पण जगात इतिहासाची सर्वांत जास्त उपेक्षा आम्ही करीत आहोत.

आधुनिक काळात विज्ञान व तंत्रज्ञान हा आता आधुनिक राष्ट्राचा धर्म बनलेला आहे. राष्ट्राची भौतिक प्रगती वैज्ञानिक प्रगतीवरच अवलंबून असते, हे भौतिक सत्य कोण नाकारेल? पण भाभा अणुशक्ती केंद्र आणि इन्सॅट-२ इतकीच 'कालिदास' आणि 'शिवाजी' यांची राष्ट्राला गरज असते, याचीही जाणीव आमच्या राज्यकर्त्यांनी ठेवली पाहिजे. कालिदास आणि शिवाजी यांच्या परंपरा या आमच्या संस्कृतीचा खरा आत्मा आहेत. शेक्सपिअर आणि नेल्सन यांचा वारसा हा खरा इंग्लिश संस्कृतीचा आत्मा आहे.

अशा प्रकारच्या सांस्कृतिक वारशात पाश्चात्त्य देशाला किती महत्त्व दिले जाते, हे प्रसिद्ध इंग्रज इतिहासकार व पंडित थॉमस कार्लाइल याच्या एका उद्‌गारावरून स्पष्ट होईल. कार्लाइल म्हणतो :

"If they ask us will you give up your Indian Empire or Shakespeare, your English;... Official persons would answer doubtless in official language; but we for our part too should not be forced to answer : Indian Empire or no Indian Empire, we cannot do without, Shakespeare! Indian Empire will go at any rate some day, but this Shakespeare does not go, he lasts for ever with us. We cannot give up our Shakespeare!"

औद्योगिक क्रांतीचा जन्म ज्या देशात झाला, त्या देशातील एका महान पंडिताचा हा उद्‌गार आहे. कार्लाइलच्या या उद्‌गाराचा आदर

आमच्या देशात केला जावा, विशेषतः राज्यकर्त्यांकडून तो आदर केला जावा, असे नम्रपणे सूचित करावे असे मला वाटते.

दि. १० ऑक्टोबर, १९८५

इतिहास संशोधनामागील भूमिका*

प्रादेशिक परिषदा

महामहोपाध्याय डॉ. मिराशी व डॉ. भाऊसाहेब कोलते या इतिहासमहर्षींच्या नगरीत आपण ही इतिहास परिषद भरवीत आहात, याचा मला आनंद होतो आहे. अखिल भारतीय पातळीवर इतिहासाच्या दर वर्षी परिषदा होतच असतात; पण तिथे विद्यापीठांतील व महाविद्यालयांतील सर्वच प्राध्यापकांना व अभ्यासकांना सहभागी होता येत नाही. तसेच तिथे सर्व देशांतून प्रतिनिधी आल्याने, शोधनिबंध पूर्णपणे सादर करणे केवळ अशक्य होते. अशा परिस्थितीत आपल्या शोधनिबंधाचा गोषवारा सांगण्यावरच अभ्यासकास समाधान मानावे लागते.

या पार्श्वभूमीवर आपल्यासारख्या संस्थांनी दर वर्षी प्रादेशिक पातळीवर परिषदा भरविणे, ही विद्येच्या क्षेत्रामधील एक आवश्यक बाब ठरते. अशा परिषदांमधून नवोदित अभ्यासकांना व संशोधकांना आपले संशोधन सादर करण्याची उत्तम संधी प्राप्त होते. त्यांनी सादर केलेल्या विषयांवर चर्चाचिकित्सा होऊन त्यांना मार्गदर्शन व प्रोत्साहन मिळते. अशा रीतीने आपल्यासारख्या परिषदा म्हणजे नवनवीन संशोधक निर्माण करणाऱ्या प्रयोगशाळाच असतात.

---

* नागपूर येथे भरलेल्या नागपूर-अमरावती विद्यापीठ परिषदेच्या उद्‌घाटनप्रसंगी प्रमुख पाहुणा म्हणून केलेले भाषण – १९८९.

एम. फिल., पीएच. डी. पदव्या

आजकाल विद्यापीठीय स्तरावर ज्ञानाच्या सर्वच क्षेत्रांत संशोधनाच्या कार्यास ऊर्जितावस्था प्राप्त होते आहे, असे वरवर पाहता तरी दिसून येते. विद्यापीठ अनुदान मंडळाच्या धोरणानुसार नव्याने नियुक्त होणाऱ्या प्राध्यापकास एम. फिल. ही पदवी अत्यावश्यक होऊन बसली आहे. त्यासाठी प्रत्येक विषयातील लहानसहान घटना आणि व्यक्ती यांचा शोध घेतला जाऊन एक-दोन वर्षांत – 'एम. फिल.' चे प्रबंध तयार केले जातात. याचप्रमाणे प्रत्येक विद्यापीठात पीएच. डी. ही संशोधनाच्या क्षेत्रातील उच्च पदवी मिळविणाऱ्यांची संख्याही दर वर्षी वाढत चालली आहे. एका दृष्टीने संशोधन क्षेत्रातील हे नवजागृतीचे चांगले लक्षण आहे. पण एम. फिल. झालेल्या प्राध्यापकाने तिथेच न थांबता पुढचा प्रवास सुरू केला पाहिजे. पीएच. डी. झालेल्या प्राध्यापकांविषयी असेच म्हणता येईल. काही अपवाद वगळता असे दिसून येते की, एकदा का पीएच. डी. पदवी मिळाली की प्राध्यापक पुन्हा संशोधनाच्या वाटेस जात नाही. पीएच. डी. हा त्याच्या academic pursuit चा पूर्णविराम ठरतो! डॉक्टर बिरुदावली प्राप्त झाली की, प्राध्यापकी जीवनाची इतिकर्तव्यता झाली, ही वृत्ती शिक्षणक्षेत्रातील ज्ञानाची वाढ खुंटविणारी चिंतेची बाब आहे.

वास्तविक पीएच. डी. पदवी प्राप्त झाल्यावर तो प्राध्यापक संशोधन करण्यास खऱ्या अर्थाने लायक बनतो. त्याचे संशोधन तिथून पुढे सुरू व्हायचे असते. अनेकांचे संशोधन पीएच. डी. पदवीदान समारंभातच संपुष्टात येते. ही अवस्था बदलावयास हवी. विद्यापीठांतून तसेच महाविद्यालयांतून इतिहास संशोधन कार्यास कटिबद्ध झालेली एक तरुण पिढी निर्माण व्हावी, अशी अपेक्षा या प्रसंगी मी व्यक्त केली तर ती अनाठायी होणार नाही, असा मला विश्वास वाटतो. असे झाले तरच आपण राजवाडे, खरे, सरदेसाई, बेंद्रे प्रभृती संशोधकांचा वारसा यथार्थपणे पुढे चालूव शकू; अन्यथा नाही.

स्वदेशाचा इतिहास संशोधन करणारी चळवळ

गेल्या शतकात स्वदेशाच्या उद्धाराच्या ज्या अनेक सामाजिक व सांस्कृतिक चळवळी उदयास आल्या, त्यांमध्ये स्वदेशाच्या इतिहासाचा

शोध घेण्याची चळवळ ही विशेष महत्त्वाची होती. कारण स्वजनांत देशभक्ती व आत्मविश्वास निर्माण करण्यासाठी स्वदेशाच्या इतिहासाइतके दुसरे प्रभावी साधन नाही, असे समाजातील जाणत्या व विचारी पुरुषांना वाटत होते. पण त्यांच्यासमोर त्यांच्या पूर्वजांचा जो इतिहास मांडला होता, तो तयार केला होता सातारचा इंग्रज रेसिडेंट ग्रँट डफ याने.

ग्रँट डफ हा काही रूढार्थाने इतिहास संशोधक अथवा इतिहासकार नव्हता. इंग्रजी राज्याचा पाया मुंबई इलाख्यात स्थिर करणाऱ्या एल्फिन्स्टनसारखा तो राजनैतिक अधिकारी होता. पण त्याच्या ठिकाणी चौकस बुद्धी व अभ्यासू वृत्ती होती. त्यालाच विद्वानांनी Spirit of Enquiry असे म्हटले आहे. तेव्हा अशा चौकस इंग्रज अधिकाऱ्यास स्वाभाविकच असे वाटले की, ज्या मराठ्यांचे राज्य आपण जिंकून घेतले, ते राज्य त्यांनी कोणत्या गुणांच्या जोरावर स्थापन केले आणि पुढे कोणत्या अवगुणांच्या फैलावाने त्यांनी ते घालविले, याचा आपण शोध घ्यावा. तेव्हा अशा ग्रँट डफने मोडी, फारसी शिकून घेऊन हजारो कागदपत्रे, अनेक बखरी व तवारिखा अभ्यासून सन १८२६ मध्ये मराठ्यांचा त्रिखंडात्मक इतिहास प्रसिद्ध केला. इंग्रजी शिक्षणाच्या वाघिणीचे दूध प्यालेल्या मराठी तरुणांनी हाच इतिहास वाचला आणि तोच बराच काल प्रमाणभूत मानला.

पुढे तब्बल चाळीस वर्षांनंतर पुण्याच्या डेक्कन कॉलेजमधील 'पूना यंग मेन्स असोसिएशन' या संस्थेमधील नीळकंठ जनार्दन कीर्तने या अभ्यासकाने ग्रँट डफच्या इतिहासावर पहिला हल्ला चढविला – (स. १८६७). डफच्या इतिहासातील अनेक चुका कीर्तन्यांनी दाखवून दिल्या. त्यामुळे मराठी माणसांच्या इतिहासविश्वाला पहिला हादरा बसला. प्राचीन रोमन शास्त्रज्ञ गालेन याच्या दीड हजार वर्षे प्रमाण मानल्या गेलेल्या वैद्यकशास्त्रावरील ग्रंथातील चुका आधुनिक युगातील एखाद्या व्हेसिलिअसने दाखवाव्यात, त्याप्रमाणे हे घडून आले. कीर्तन्यांच्या ग्रँट डफवरील टीकेमुळे महाराष्ट्रेतिहासाच्या क्षेत्रात प्रबोधनाची खरी पहाट झाली! 'मराठी भाषेचे शिवाजी' विष्णुशास्त्री चिपळूणकर यांनी आपल्या निबंधमालेत कीर्तन्यांच्या या कामगिरीचे जाहीर कौतुक केले.

कीर्तन्यांच्या टीकालेखामुळे, आपणास आता इंग्रज राज्यकर्त्यांनी

लिहिलेल्या इतिहासावर फारशी भिस्त ठेवता येणार नाही; त्यासाठी आपल्या इतिहासाचा आता आपणच मागोवा घेणे आवश्यक आहे, ही नवी जाणीव आंग्लविद्याविभूषित तरुण मंडळींत प्रकर्षाने उत्पन्न झाली. यातूनच साने, मोडक, ओक, पारसनीस, वासुदेवशास्त्री खरे, विजापूरकर इत्यादी इतिहास संशोधक उदयास आले आणि त्यांनी विविध मासिकांतून महाराष्ट्रेतिहासाची विविध प्रकारची साधने प्रकाशात आणण्यास प्रारंभ केला. स्वदेशाच्या इतिहासाचे वास्तव शोधन होण्यासाठी प्रथम साधने प्रकाशात आली पाहिजेत, अशी भावना या वेळी प्रबळ झाल्याचे दिसते. या इतिहास प्रबोधनाच्या लाटेवर आरूढ होऊन इतिहासाचार्य वि. का. राजवाडे यांनी सन १८१६ मध्ये आपल्या 'मराठ्यांच्या इतिहासाची साधने' या साधनग्रंथ मालेतील पहिल्या खंडाचे प्रकाशन केले; आणि पुढे एकामागून एक याप्रमाणे २२ खंड संपादून हजारो कागदपत्रे प्रकाशात आणली.

याच सुमारास म्हणजे सन १९०० मध्ये न्यायमूर्ती रानड्यांनी आपला 'Rise of the Maratha Power' हा प्रसिद्ध ग्रंथ सिद्ध केला. ज्याचे वर्णन भारत सरकारने 'Classics of Indian History' असे केले आहे. असा हा अपूर्व ग्रंथ म्हणजे डफच्या इतिहासावरील एक विरोधी प्रतिक्रियाच होती, हे लक्षात घेतले पाहिजे.

पारसनीस, खरे, राजवाडे, रानडे यांनी महाराष्ट्रातील इतिहास संशोधनाचा पाया घातला. म. म. दत्तो वामन पोतदारांनी तर राजवाड्यांना 'महाराष्ट्र इतिहास संशोधक परंपरेचे संस्थापक' असे म्हटले आहे. पोतदार पुढे म्हणतात की, राजवाड्यांनी महाराष्ट्राची अमोघ पैतृक संपत्ती 'दिव्यं ददामि ते चक्षुः' असे म्हणून महाराष्ट्रास ती पाहण्यास समर्थ केले.*

इतिहास संशोधनाचा खटाटोप कशासाठी?

स्वराष्ट्राच्या इतिहासाच्या संशोधनाचा खटाटोप कशासाठी करायचा, या प्रश्नाचे फार समर्पक उत्तर इतिहासाचार्य राजवाड्यांनीच दिले आहे. इतिहास म्हणजे समाजाचे अथवा राष्ट्राचे स्वचरित्र असून, त्याची स्मृती जाज्वल्यरीत्या जागत ठेवणे, हे इतिहास संशोधनाचे उद्दिष्ट आहे,

---

* ऐतिहासिक प्रस्तावना : वि. का. राजवाडे : पुरस्कार - द. वा. पोतदार

अशी चर्चा करताना इतिहासाचार्यांनी म्हटले आहे :

"ज्या लोकांची स्वचरित्राची स्मृती हरपली, ते लोक मृतवत असून, पाहावे तेव्हा सदाच मूढावस्थेत असल्यासारखे दिसतात. उदाहरणार्थ, हिंदुस्थानातील भिल्ल, खोंड, कातकरी वगैरे लोक घ्या. हिंदुस्थानात या लोकांची वस्ती आपल्या आर्यांच्याही पूर्वीची आहे. पण तेव्हा ते ज्या मूढावस्थेत होते, त्याच अवस्थेत ते सध्याही बहुतेक आहेत. कारण आपल्या गतचरित्राची स्मृती त्यांना नाही. स्मृती जाज्वल्य तऱ्हेने जागृत असली म्हणजे गतचरित्राचा आढावा घेता येतो, आढावा घेता आला म्हणजे आपले राष्ट्रीय गुणदोष कळू लागतात आणि गुणदोष कळले म्हणजे दोषांचा बिमोड करून गुणांचा परिपोष करण्याकडे सहज प्रवृत्ती होते.

राष्ट्राचा इतिहास म्हणजे राष्ट्रातील सर्व लोकांच्या संकलित चरित्राची हकिगत. ती लोकांपुढे मांडिली असता सर्व लोकांना समानस्मृतीत्वामुळे ऐक्याची व बंधुप्रेमाची भावना उत्पन्न होते.''**

इतिहासाच्या अध्ययनाने स्वराष्ट्रातील लोकांत परस्परांविषयी ऐक्याची व बंधुभावाची भावना उत्पन्न झाली पाहिजे, आणि अशी भावना उत्पन्न करणे हेच इतिहासाचे प्रयोजन असले पाहिजे, या इतिहासाचार्यांच्या मताशी आजही आपण सहमत व्हावयास हरकत नसावी.

ऐतिहासिक साधनांचे संशोधन व जतन

समाजाचा इतिहास अनेक प्रकारच्या ऐतिहासिक साधनांवर अवलंबून असतो. त्यामध्ये संतवाङ्मय, काव्य, लावणी, बखरी, कागदपत्रे, ताम्रपट, नाणी, शिलालेख, शस्त्रे, मंदिरे, शिल्पे, वाडे, किल्ले, समाधिस्थाने इत्यादी अनेक बाबींचा समावेश होतो. या बाबींचे संशोधन व जतन जितके काळजीपूर्वक तितके राष्ट्राच्या इतिहासाचे जतन होऊन त्यास अधिक उजाळा प्राप्त होत असतो.

सुदैवाने महाराष्ट्रातील संशोधकांची इतिहास संशोधन क्षेत्रातील कामगिरी महनीय आहे. पण इतिहास संशोधनाचा प्रांतच इतका अफाट आहे, की अद्यापि बरेच काही करण्याचे उरले आहे. महाराष्ट्रातील

** ऐतिहासिक प्रस्तावना, पृ. ४६४

दप्तरखान्यांतील लक्षावधी कागदपत्रे संशोधकांची वाट पाहत आहेत. गावोगावी विखुरलेली मंदिरे, ताम्रपट, शिलालेख व सनदापत्रे त्यांची मार्गप्रतक्षा करीत आहेत. या सर्वांमध्ये मराठेशाहीकालीन किल्ल्यांची व ऐतिहासिक पुरुषांच्या समाधिस्थलांची अवस्था मोठी दयनीय झालेली आहे.

महाराष्ट्राच्या अस्मितेचे प्रकटीकरण शिवप्रभूंच्या स्वराज्य स्थापनेने झाले आणि महाराजांनी हे कार्य सह्याद्रीच्या गिरिशिखरांवर असणाऱ्या किल्ल्यांच्या साहाय्याने केले. आज या किल्ल्यांची अवस्था काय आहे? बहुतेक किल्ल्यांतील ऐतिहासिक महत्त्वाच्या इमारती नष्ट झाल्या आहेत. पण या किल्ल्यांचे मजबूत तट व बुरूजही ढासळत चालले आहेत. आणखी पन्नास-पंचाहत्तर वर्षांनी महाराष्ट्रातील नामवंत किल्ल्यांच्या तटबंद्या व बुरूज जमीनदोस्त होणार आहेत. मग आम्ही भावी पिढ्यांसाठी काय जतन करणार आहोत? महाराष्ट्राच्या या अमोल ठेव्यास त्या अंतरणार आहेत. त्या पिढ्या आम्हास क्षमा करतील असे नाही.

ऐतिहासिक स्त्री-पुरुषांची जन्म व समाधी स्थळे यांची स्थिती तर वर्णन करण्यापलीकडील आहे.

शेकडो ऐतिहासिक स्थळे सर्व महाराष्ट्रभर विखुरलेली आहेत. अशा स्थळांचा शोध घेऊन त्यांचे जतन करण्याचे काम प्रामुख्याने त्या त्या ठिकाणच्या लोकांनी करायला हवे. त्यासाठी त्या त्या ठिकाणच्या इतिहासप्रेमी लोकांनी संस्था अथवा संघटना स्थापून लोकांमध्ये अशा स्थळांबद्दल औत्सुक्य व जागृती निर्माण करणे आवश्यक आहे. अशी जागृती आपण करू शकलो, तर अशा स्थळांचे जतन आपण चांगल्या प्रकारे करू शकतो, असा माझा अनुभव आहे.

वस्तुसंग्रहालयांची निर्मिती

इंग्लंड, फ्रान्स इत्यादी युरोपीय देशांत व इतरही प्रगत देशांत ऐतिहासिक वास्तू, वस्तू व दस्तऐवज यांचे फार काळजीपूर्वक जतन केले जाते. लंडन, पॅरिस, लिस्बन यांसारख्या शहरी असणारी जगप्रसिद्ध वस्तुसंग्रहालये याची साक्ष देतात. छत्रपती शिवाजी महाराजांची अस्सल मूळ चित्रे लंडन व पॅरिसमधील वस्तुसंग्रहालयांत आहेत; आपल्याकडे

नाहीत. इंग्लंड-फ्रान्सची गोष्ट सोडून द्या. त्या राष्ट्रांना दीड-दोन हजार वर्षांचा इतिहास तरी आहे; पण अमेरिकेसारख्या राष्ट्राकडे पाहिले तर त्यांचा इतिहास तर फक्त दोन अडीचशे वर्षांचा आहे, तिथे प्रमुख शहरी तर वस्तुसंग्रहालये आहेतच, पण छोट्या छोट्या गावीही त्या त्या गावचा इतिहास सांगणारे वस्तुसंग्रहालय असते. प्रत्येक गावी जसे चर्च, तसे एक वस्तुसंग्रहालय आणि त्याचा त्या गावच्या नागरिकांना मोठा अभिमान असतो.

आपल्याकडे तर चार-पाच हजार वर्षांची इतिहासाची प्राचीन परंपरा आहे. आदी मानवाच्या वसतिस्थानापासून ते आधुनिक स्वातंत्र्यलढ्यापर्यंत आमचा इतिहास आमच्या मागे उभा आहे. या पार्श्वभूमीवर अनेक इतिहासप्रसिद्ध गावांमध्ये छोटी-छोटी वस्तुसंग्रहालये स्थापन करता येतील. पुण्याचे 'राजा केळकर म्युझियम' हे एखादी व्यक्ती ध्येयाने वेडी झाली म्हणजे काय करू शकते, याचे ज्वलंत उदाहरण आहे. आमच्या कोल्हापुराकडे अशी एक-दोन उदाहरणे आहेत. एक आहे पन्हाळ्यावरील इतिहास संशोधक मु. ग. गुळवणी यांचे. त्यांनी 'शिवसंस्कृती मंडळ' स्थापून पन्हाळ्यावर एका वस्तुसंग्रहालयाची स्थापना केली आहे. कोल्हापूरचे दुसरे संशोधक बा. बा. महाराज यांनी 'स्वातंत्र्य संग्राम संकलन संग्रहालय' स्थापन केले आहे. स्वातंत्र्यलढ्यातील अनेक क्रांतिकारकांचा पत्रव्यवहार व त्यांचे जतन हे या संग्रहालयाचे वैशिष्ट्य आहे.

सारांश, इतिहासाच्या अभ्यासकाने असे एखादे कार्य जिद्दीने व चिकाटीने हाती घ्यावयास पाहिजे. मग असे कार्य म्हणजे एखाद्या ऐतिहासिक वास्तूचे जतन असेल अगर एखाद्या संताच्या वाङ्मयीन कलाकृतीचा शोध असेल, किंवा एखाद्या जुन्या वाड्यातील भिंतीवर असणाऱ्या चित्रकलाकृतींचा मागोवा असेल. अशा उभ्या आडव्या धाग्यांनीच राष्ट्राचा इतिहास बनत असतो. त्यासाठी व्यक्तिगत आणि सामुदायिक प्रयत्नांची आवश्यकता असते.

इतिहासाचे विकृतीकरण

शेवटी महाराष्ट्राच्या सध्याच्या समाजकारणातील एका गाजत असलेल्या एका प्रकरणाचा परामर्श घेऊन मी माझे हे भाषण आवरते

घेतो. हे प्रकरण समाजातील तथाकथित विचारवंतांनी चालविलेल्या इतिहासाच्या विकृतीकरणाशी संबंधित आहे. कोणत्याही समाजकारणाचा आत्मा इतिहास हाच असतो. नवा इतिहास घडविणाऱ्या चळवळीही इतिहासातील सामाजिक व राष्ट्रीय प्रेरणांवर अधिष्ठित असतात. पण अनेकदा इतिहासातील हा वैचारिक वारसा विकृतपणे समाजासमोर मांडला जातो. याचे अगदी ताजे उदाहरण म्हणजे डॉ. बाळ गांगल यांनी 'साप्ताहिक सोबत' मध्ये म. फुल्यांवर लिहिलेले दोन लेख हे होत. यातील एका लेखाचे शीर्षक आहे 'शिवाजी महाराजांना शिव्या देणाऱ्या या* महात्म्याचे माहात्म्य तपासून पाहा.' या लेखात डॉ. गांगल यांनी म. फुल्यांना शिवाजीद्वेष्टा ठरवून त्यांना शिव्या वाहिल्या आहेत.

सन १८६९ मध्ये शिवचरित्राची साधने फारशी उपलब्ध नसताना 'कुणबी, माळी, महार, मांग वगैरे पाताळी घातलेल्या क्षत्र्यांच्या उपयोगी' पडावा म्हणून म. फुल्यांनी शिवाजी महाराजांचा पवाडा रचला. या पवाड्याचे विकृतीकरण करून डॉ. गांगल यांनी म. फुल्यांना 'शिवाजीद्वेष्टा' बनविले आहे. आता म. फुले 'शिवाजीद्वेष्टे' होते की 'शिवभक्त' होते, याचा निकाल खुद्द पवाड्यातीलच म. फुल्यांचे विचार आपल्यासमोर ठेवल्यावर होईल. शिवाजीराजाच्या थोरवीबद्दल ते म्हणतात :

सोसिलें उन्हातान्हाला । भ्याला नाही पाउसाला।
डोंगर कंगर फिरलां । यवन जेरीस आणला।
लुटलें बहुत देशांला । वाढली आपुल्या जातीला।
लढवी आचार बुद्धीला । आचंबा धुमीवर केला ।...
राजा क्षेत्रांमध्यें पहिला! नाही दुसरा उपमेला ।
कमी नाहीं कारस्तानीला । हळूच वळवी लोकांला।
युक्तीनें बचवी जीवाला । कधी भिईना संकटाला।...
टळेना रयत सुखाला । बनवी नव्या कायद्याला ।
दाद घेई लहानसानाची । हयगय नव्हती कोणाची ।
आकृती वामनमुर्तीची । बळापेक्षां चपळाईची ।
सुरेख ठेवण चेहऱ्याची । कंदिली मुद्रा गुणरत्नाची।**

---

* साप्ता. सोबत, ४ डिसेंबर व ११ डिसेंबर १९८८

** म. फुले गौरव ग्रंथ, पृ. ५०७

काटकपणा, चपळाई, अचाट बुद्धिमत्ता, व्यवहारचातुर्य, सावधपणा, अखंड उद्योग, मुत्सद्देगिरी, धाडस, रयतेच्या कल्याणाची तळमळ, आदर्श प्रशासन असे शिवाजी राजांचे उत्तमोत्तम गुणांचे दर्शन म. फुल्यांनी आपल्या या कवनात घडविले आहे. पण दुर्दैवाने डॉ. गांगल यांना या गुणांचे दर्शन झाले नाही. कारण त्यांचा म. फुल्यांकडे पाहण्याचा चश्माच रंगीत आहे, त्यास कोण काय करणार?

आता डॉ. गांगल यांना म. फुल्यांच्या 'शिवभक्ती'चा अस्सल पुरावाच हवा असेल तर तोही सादर करता येईल. हा पुरावा पाहिल्यावर आपणास समजून चुकेल की रायगडावर शिवाजी महाराजांच्या समाधीचा शोध घेणारे व समाधी शोधून काढून तिची पूजा बांधणारे म. फुले हे पहिले महाराष्ट्रीय संशोधक आहेत! खुद्द म. फुल्यांनीच हा वृत्तान्त दिला आहे :

"पुण्यास आलो व शिवछत्रपतींच्या समाधीचे दर्शन घेण्यासाठी रायगडी जाण्यास निघालो. समाधीची जागा शोधण्यात दोन-तीन दिवस गेले. घाणेरी व इतर जंगली झुडपे कुऱ्हाडीने तोडीत रस्ता काढावा लागला... शिवजन्म उत्सव साजरा करावा, म्हणून समाधीवरील सर्व कचरा धुऊन काढून त्यावर फुले वाहिली. ही सर्व हकीकत तेथील ग्रामभटास कळताच तो वर आला.''

"कुणबट शिवाजीच्या थडग्याचा देव केला. मी ग्रामजोशी असता दक्षिणा शिधा देण्याचे राहिले बाजूला. केवढा माझा अपमान,'' असे म्हणून त्याने लाथेने समाधीवरील फुले उधळून लावली. पुढे तो ग्रामजोशी म्हणाला :

"अरे, कुणबटा! तुझा शिवाजी काय देव होता, म्हणून त्याची पूजा केलीत? तो शुद्रांचा राजा, त्याची मुंजसुद्धा झाली नव्हती.''

"मी रागाने वेडा झालो. ज्यांच्या जीवावर पेशव्यांना राज्य मिळाले, त्या शिवप्रभूंची पूजासामग्री ह्या भटभिक्षुकांनी पायातील पादत्राणाने लाथाडावी काय? मी संतापवायूने वेडा होऊन गेलो.''**

म. फुल्यांच्या आत्मकथनामधील हा उतारा वाचल्यानंतर कोण विवेकी माणूस त्यांना 'शिवाजीद्वेष्टा' ठरवील? पण त्यांना तसे ठरविण्याचा

** बहुजनांचे शिल्पकार : (दीनबंधू : २७ मे १९३८), पृ. १०

प्रयत्न झाला, हे सत्य आहे. सत्येतिहासाच्या दर्शनाने समाजाचे प्रबोधन होते, मागच्या चुका कळतात, नवी प्रेरणा प्राप्त होते. इतिहासाचार्य राजवाड्यांनी म्हटल्याप्रमाणे सत्येतिहासामुळेच समाजात 'ऐक्याची व बंधुप्रेमाची ' भावना निर्माण होते. पण इतिहासाच्या विकृतीकरणामुळे समाजाची पीछेहाट होते, मिथ्या अभिमान जागृत होऊन समाज गत काळातीलच चुका पुन्हा करतो आणि त्याची परिणती समाजातील विविध स्तरांमध्ये वैमनस्य व द्वेष पैदा होण्यामध्ये होते. अशा अर्थाने इतिहासाचे शोधन हे दुधारी हत्यार आहे. अणुशक्तीप्रमाणे ते समाजाच्या कल्याणासाठी वापरायचे की त्याचा विध्वंस करण्यासाठी वापरायचे, हे तुम्ही आम्ही सर्वांनीच ठरवायचे आहे.

दि. ११ फेब्रुवारी १९८९

आमच्या ऐतिहासिक वारशाचे जतन*

सन १९६५ च्या नोव्हेंबरात मुंबईच्या इतिहास संशोधन मंडळाच्या वतीने थोर इतिहासकार वा. सी. बेंद्रे व प्रा. न. र. फाटक यांच्या पुढाकाराने महाराष्ट्र इतिहास परिषदेचे पहिले अधिवेशन मुंबई येथे भरले होते. या अधिवेशनास सी. डी. देशमुख, म. म. दत्तो वामन पोतदार, डॉ. एच. डी. सांकलिया अशांसारख्या थोरामोठ्यांची हजेरी लागली होती. त्यानंतर बेंद्रे यांच्या चिकाटीने महाराष्ट्र इतिहास परिषदेची अधिवेशने नासिक, अहमदनगर, कोल्हापूर अशा ठिकाणी दर वर्षी काही काळ भरत राहिली; पण नंतर त्यात खंड पडू लागला. पुढे या परिषदेची अधिवेशने अधूनमधून पुणे, धुळे, पंढरपूर, सोलापूर अशा ठिकाणी भरली हे खरे; पण त्यात सातत्य राहिले नाही. तीन-चार वर्षांपूर्वी सोलापूर इथे परिषदेचे अधिवेशन भरले होते. त्या वेळी तिथे जमलेल्या काही प्रमुख प्रतिनिधींनी परिषदेचे अधिवेशन दर वर्षी भरावे यासाठी खास बैठकही घेतली. परिषदेचे पुनरुज्जीवन करून ती दर वर्षी भरली जावी असे बैठकीत ठरलेही; पण त्या प्रयत्नांस फळ आले नाही. ही खंत माझ्यासारख्या अभ्यासकाच्या मनात सारखी सलत आहे. म्हणून तिची दखल मी प्रारंभीच घेतो आहे आणि इथे जमलेल्या इतिहास अभ्यासकांना विनंती करतो आहे की, या परिषदेचे अधिवेशन दर वर्षी भरले जाण्याच्या दृष्टीने आपण या अधिवेशनात काही ठाम पावले उचलावीत. मला आशा आहे की, महाराष्ट्राचे इतिहासाविषयीचे

---

* अहमदनगर येथे भरलेल्या महाराष्ट्र इतिहास परिषदेच्या अधिवेशनात 'मध्ययुगीन विभागा'च्या अध्यक्षपदावरून केलेले भाषण – १९९१

प्रेम व आस्था जागृत करणाऱ्या या परिषदेमध्ये आपण उत्साह व जोम उत्पन्न करून ती पूर्ववत कार्यरत कराल आणि त्यामुळे महाराष्ट्रातील तरुण संशोधकांना नियमितपणे एक व्यासपीठ मिळेल, की ज्या व्यासपीठावरून ते महाराष्ट्राच्या इतिहासावर आपल्या अभ्यासाने सतत प्रकाश टाकीत राहतील.

महाराष्ट्राचा इतिहास तसा उज्ज्वल आहे. प्राचीन कालातील सातवाहन, वाकाटक, चालुक्य, राष्ट्रकुट यांच्यापासून छत्रपती शिवाजी महाराज यांच्यापर्यंत महाराष्ट्राने अनेक पराक्रमी राजवटी पाहिल्या आहेत. शिवाजी महाराजांनंतरच्या मराठी राज्यकर्त्यांनी तर खुद्द दिल्लीपती औरंगजेब बादशहाशी दक्षिणेत पाव शतकाहून अधिक काल लष्करी संघर्ष करून त्यांस हतबल करून टाकले. पेशवेकालात याच मराठ्यांच्या या वारसदारांनी अटक-पेशावरपर्यंत मराठी दौलतीचे निशाण पोहोचविले आणि दिल्लीपती बादशहाचे ते संरक्षकच नव्हे तर 'किंगमेकर' बनले. अर्वाचीन कालखंडात लो. टिळक, न्या. रानडे, नाम. गोखले, म. फुले, राजर्षी शाहू महाराज, डॉ. आंबेडकर यांनी महाराष्ट्राचा आधुनिक कायापालट होण्यासाठी महनीय भूमिका बजावली. सारांश, महाराष्ट्राला प्राचीन कालापासून अर्वाचीन कालापर्यंत इतिहासाची मोठी परंपरा लाभलेली आहे.

पण देशाला अथवा त्यामधील प्रांताला केवळ उज्ज्वल इतिहासाची परंपरा असून भागत नाही, तर हा उज्ज्वल इतिहास गतकाळातून शोधून तो संशोधित स्वरूपात समाजासमोर मांडण्यासाठी थोर संशोधकांची व अभ्यासकांची परंपरा उदयास यावी लागते. महाराष्ट्र त्याही बाबतीत मोठा सुदैवी आहे. इतिहासाचार्य वि. का. राजवाडे, डॉ. भांडारकर, भारताचार्य चिं. वि. वैद्य, रावब. काशिनाथ नारायण साने, रावब. दत्तात्रय बळवंत पारसनीस या मराठी संशोधकांच्या पहिल्या पिढीपासून वा. वा. खरे, रियासतकार सरदेसाई, दत्तो वामन पोतदार, द. वि. आपटे, शं. ना. जोशी, ग. ह. खरे, सेतुमाधवराव पगडी, डॉ. बालकृष्ण, वा. सी. बेंद्रे, शेजवलकर, प्रा. न. र. फाटक, मा. वि. गुजर, स. मा. गर्गे, डॉ. आप्पासाहेब पवार यांच्यापर्यंत महाराष्ट्राला थोर इतिहास संशोधकांची परंपरा लाभली आहे. नव्या पिढीत संशोधक-अभ्यासक नाहीत असे नाही; पण पूर्वीच्या संशोधकांच्या ठिकाणी इतिहासाच्या अभ्यासाला

आपले सर्वस्व वाहून घेण्याची जी त्यागी वृत्ती होती, इतिहास संशोधन ही साधना समजून त्यासाठी आजन्म खडतर परिश्रम घेण्याची जी जिद्द होती, तिचा अभाव दिसून येतो; हे वर्तमानातील एक 'ऐतिहासिक' वास्तव आहे.

महाराष्ट्रातील इतिहास संशोधन आज विद्यापीठीय क्षेत्रापुरते सीमित झाले आहे आणि विद्यापीठीय क्षेत्रामधील आम्ही प्राध्यापक आमचे अभ्यासक्रम, पीएच. डी. व एम. फिलच्या विद्यार्थ्यांचे प्रबंधासाठीचे मार्गदर्शन यामध्ये गुरफटून गेलो आहोत. आजचे संशोधन या अर्थाने अधिक व्यावहारिक, पर्यायाने तेवढेच तकलादू बनत चालले आहे, ही खंत या ठिकाणी बोलून दाखवावीशी वाटते.

याच बरोबर आणखी एक खंत आपणासमोर मांडावी असे वाटते ती म्हणजे महाराष्ट्रातील ऐतिहासिक कागदपत्रे, वास्तू, वस्तू, गडकोट, जंजिरे यांची आमच्याकडून अक्षम्य हेळसांड होत आहे. त्यांच्या देखभालीकडेच नव्हे, तर त्यांच्या अस्तित्वाकडेच आम्ही दुर्लक्ष करीत आहोत. शासनाच्या दप्तरखान्यामध्ये असणाऱ्या ऐतिहासिक कागदपत्रांची अवस्था काहीशी समाधानकारक असली तरी अद्यापही शिवकालीन व पेशवेकालीन अशा शेकडो घराण्यांतील कागदपत्रे नष्ट होण्याच्या मार्गावर आहेत.

अशाच एका शिवकालीन घराण्याच्या दप्तराची कथा आपणास सांगितली तर ती मोठी मार्गदर्शक ठरेल. सातारा जिल्ह्यातील तळबीडकर मोहिते घराण्यातील कागदपत्रांचा शोध आम्ही डॉ. अप्पासाहेब पवार यांच्या नेतृत्वाखाली सन १९६६-६७ मध्ये घेतला. शहाजी राजे भोसले यांची पत्नी तुकाबाई, छ. शिवाजी महाराजांची पट्टराणी सोयराबाई व सून महाराणी ताराबाई याच घराण्यातील. सरसेनापती हंबीरराव मोहिते हेही याच घराण्यातील. हे घराणे आमच्या नात्यातले असून त्यांच्याजवळ शिवकालीन कागदपत्रे आहेत, अशी खबर मी डॉ. पवारसाहेबांना देताच, ते व मी तळबीडला जाऊन मोहित्यांचे सर्व दप्तर आम्ही उचलून शिवाजी विद्यापीठात आणले. अलिबाबाच्या गुहेतील खजिना मिळावा असा आनंद त्या दिवशी आम्हाला झाला होता. पुढे आम्ही वर्षभर या दप्तरातील कागदपत्रांचा धांडोळा घेत होतो. या दप्तरात आम्हांस अनमोल अशी अस्सल कागदपत्रे सापडली. त्यामध्ये

२६ अस्सल आदिलशाही फर्माने (स. १६२३ ते १६६१), नेताजी पालकरांची दोन पत्रे, हंबीररावांचे एक वाटणीपत्र, असा कागदपत्रांचा खजिना मिळाला. तो आम्ही ताराबाईकालीन कागदपत्रे खंड पहिला यामध्ये प्रकाशित केला आहे.

याच खंडात डॉ. पवारांनी, ते जेव्हा राजाराम कॉलेजचे इतिहासाचे प्राध्यापक होते तेव्हा शोधलेली, कोल्हापूरच्या सरदार यादवांच्या दप्तरातील कागदपत्रे प्रकाशित केली आहेत. शिवकालीन इतिहासात या यादव दप्तरातील कागदपत्रांनी अमूल्य अशी भर टाकली आहे. त्यामध्ये छ. राजाराम महाराज, ताराबाई, संभाजी राजे (दुसरे) यांच्या अनेक अस्सल सनदा तर त्यामध्ये आहेतच, शिवाय त्यात ६८ फूट लांबीचा, ५४ बंदांचा एक विभाजन पत्राचा महत्त्वाचा कागदही आहे. खुद्द ताराबाईंचे हस्ताक्षर असलेला एक अस्सल कागदही आहे. संभाजी महाराजांची मोगली कैदेत दौलताबाद किल्ल्यात असणारी राणी दुर्गाबाई, राजाराम महाराजांचा जिंजीचा प्रवास, जिंजीच्या वेढ्यातील राजकारण, जिंजीहून सुटका, राजा कर्ण, मराठा प्रधानांमधील हर्षामर्षाचे प्रसंग, शाहू राजांचे तोतये अशा अनेक गोष्टी प्रथमतः मराठ्यांच्या इतिहासात या 'यादव दप्तरा'ने उजेडात आणल्या आहेत.

सारांश, इथे सांगण्याचा मुद्दा हा की, शिवकालीन घराण्याची कागदपत्रे अद्यापही त्या त्या घराण्याच्या जुन्या संदुकांत पडून आहेत. संशोधकांनी त्यांचा शोध घेऊन ती उजेडात आणण्याचा प्रयत्न केल्यास मराठ्यांच्या इतिहासाची मोठी सेवा होणार आहे.

जी अवस्था ऐतिहासिक कागदपत्रांची आहे; त्याहून वाईट अवस्था ऐतिहासिक वास्तूंची आहे. मराठेकालीन वाडेहुडे, गडकोट, जंजिरे आता झपाट्याने ढासळू लागले आहेत. आमच्या कोल्हापूर नगरीत १८व्या शतकातील सरदारांचे वैभवशाली वाडे आता मोठ्या संख्येने जमीनदोस्त होत असून, त्या ठिकाणी फ्लॅट सिस्टीम अथवा कमर्शियल कॉम्प्लेक्स उभे राहत आहेत. वाढते शहरीकरण व लोकसंख्या यामुळे असे वाडे पाडून तिथे आधुनिक इमारती उभ्या राहणे ही काही ठिकाणी काळाची गरजही असू शकेल; पण जिथे अशी गरज नाही तेथील वास्तू तरी आपण नीट जोपासून ठेवतो का, हा विचार करण्यासारखा प्रश्न आहे.

काही वर्षांपूर्वी सिंदखेडराजा येथील लखुजी जाधवराव यांचा वाडा पाहण्याचा योग आला. वाड्याच्या फक्त भिंती व आतील इमारतीचे चौथरे अस्तित्वात असून कोपऱ्यात जिजाबाईचे जन्मस्थान असणारी एक छोटी इमारत उभी आहे. जिजाबाईसाहेब म्हणजे केवळ 'राजमाता' नव्हे तर 'महाराष्ट्रमाता' होत. त्यांच्या जन्मस्थानी उभे राहिल्यावर अंतःकरण इतिहासस्मृतीने भरून गेले. पण अशा महाराष्ट्रमातेच्या जन्मस्थळाची आम्ही काय व्यवस्था ठेवली आहे; तर आजूबाजूला कंबरेएवढे गवत व झाडझाडोरा उगविलेला आहे, व सर्वत्र पडक्या भिंतींनी भकास वातावरण निर्माण झाले आहे. आम्ही या वाड्याच्या ठिकाणी सुंदर बगिचा निर्माण करून राजमातेचे हे जन्मस्थान प्रसन्न व आनंददायी करू शकणार नाही काय? तिथे असे ऐकले की मुख्यमंत्री पदावर असताना बॅ. अंतुलेसाहेबांनी या स्थानाचा उद्धार करण्यासाठी भव्य योजना आखली होती. पण ते सत्तेवरून गेले आणि त्यांची भव्य योजनाही आकाशात ढग लुप्त व्हावा तशी लुप्त झाली.

आणखी एका वाड्याची गोष्ट सांगतो. काही दिवसांपूर्वी मी वाईस गेलो होतो. वाईस असे शे-दोनशे वर्षांपूर्वीचे अनेक वाडे आजही अस्तित्वात आहेत. मंदिरे आहेत. त्यांची देखभाल बऱ्यापैकी दिसली तरी वाईशेजारच्या मेणवली येथील नाना फडणीसाच्या वाड्याची शोचनीय अवस्था पाहून मन विषण्ण झाले. केवढ्या उमेदीने नानांनी ही वास्तू बांधली असेल! आज या वाड्यात गुरांचा गोठा व सर्वत्र घाणीचे व धुळीचे साम्राज्य पसरले आहे. नानांची बैठकीची खोली, शयनगृह, त्यामधील मंचक व त्यावरील लक्तरे झालेली रझई पाहून मराठी साम्राज्याच्या या थोर मुत्सद्याच्या स्मृतीचा आपण किती घोर अवमान करीत आहोत, ही जाणीव माझ्यासारख्या इतिहासप्रेमीला झाल्याशिवाय राहिली नाही. मेणवलीच्या या वाड्यात सुंदर भित्तिचित्रे आहेत. त्यांपैकी बरीच नष्ट झाली आहेत. राहिलेली नष्ट होण्याच्या मार्गावर आहेत. १८व्या शतकातील मराठी चित्रकलेचे हे अमोल साधन काळाच्या उदरात लवकरच गडप होणार आहे.

पेशवाईतील मुत्सद्दी नाना फडणीस यांचा वाडा, त्यामधील ऐतिहासिक वस्तू, पाठीमागची चंद्राकार वाहणारी कृष्णा नदी, तिच्यावरील अप्रतिम सुंदर घाट, घाटावरील मंदिरातील प्रचंड घंटा या सर्वांची उत्तम देखभाल

जर आपण करू शकलो, तर मेणवली हे इतिहासप्रेमी पर्यटकांचे एक खास आकर्षण ठरू शकेल. सर्व महाराष्ट्रभर अशा ऐतिहासिक घराण्यांचे मराठेशाहीकालीन वाडे आजही अस्तित्वात आहेत; पण त्यांच्या अस्तित्वाचाच प्रश्न आता निर्माण झाला आहे.

ऐतिहासिक गडकोट जंजिऱ्यांची अवस्था याहून चिंताजनक आहे. एके काळी मराठी दौलतीचे आधारस्तंभ असणाऱ्या या किल्ल्यांची आजची स्थिती पाहिल्यावर आमच्या ठिकाणी पूर्वजांच्या पराक्रमाबद्दल व त्यांच्या ऐतिहासिक वारशाबद्दल आम्हास काही अभिमान व प्रेम आहे की नाही, याविषयीच मूलभूत शंका निर्माण व्हावी, अशी परिस्थिती आहे.

महाराष्ट्रात सह्याद्रीच्या पर्वतरांगांवर आजही शेकडो किल्ले उभे आहेत. रायगड, प्रतापगड, राजगड, सिंहगड, पन्हाळा, विशाळगड, रांगणा, सिंधुदुर्ग हे त्यामधील विशेष प्रसिद्ध म्हणून महाराष्ट्रातील आम जनतेस माहिती असणारे किल्ले होत. शिवाजी महाराजांचे पराक्रम या किल्ल्यांच्या आश्रयाने झाले म्हणून तर हे किल्ले प्रत्येक मराठी माणसाच्या आदराची स्थाने बनली आहेत. हे गडकोट म्हणजे मराठ्यांच्या पराक्रमाच्या, विशेषतः शिवकालीन वैभवशाली इतिहासाच्या पाऊलखुणा आहेत. रायगड - शिवछत्रपतींच्या वैभवशाली राज्याभिषेकाची, प्रतापगड - शिवाजी अफझल भेटीतील शिवरायांच्या पराक्रमाची, पन्हाळा - विशाळगड - बाजीप्रभूंच्या स्वामिभक्तीची, सिंहगड – तानाजी मालुसरेच्या हौतात्म्याची, तर सिंधुदुर्ग - शिवप्रभूंच्या सामर्थ्यशाली आरमाराची स्मृती आजही आपल्या मन:चक्षूंसमोर जागती ठेवीत आहेत.

पण अशा या इतिहासाच्या वैभवशाली साक्षीदारांची आजची अवस्था दयनीय झाली आहे. आज या गडांवर एखाददुसरी शिवकालीन वास्तू, विशेषतः मंदिरे उभी आहेत. पन्हाळ्यासारख्या किल्ल्यावर धान्याच्या कोठारासारख्या वास्तू अद्यापिही तग धरून आहेत. अशा मोजक्या वास्तूंशिवाय बहुतेक सर्व गड ओसाड पडले आहेत. त्यावरील गोड्या पाण्याच्या विहिरी व टाकी बुजून गेली आहेत. काही शिल्लक आहेत ती बुजून जाण्याच्या मार्गावर आहेत. गडांच्या तटबंद्या व बुरूज ढासळत आहेत. तटबंद्यांवर उगवलेली झाडीच तटबंद्या जमीनदोस्त करीत आहे. ज्या गडकोटावर शिवरायांनी आपले पराक्रम जगास

दाखविल, त्या पराक्रमाची जुजबी खरीखुरी माहितीही त्या त्या गडावर इतिहासप्रेमींना मिळत नाही. जी जुजबी माहिती मिळते ती खरी असतेच असे नाही.

सिद्दी जोहरच्या वेढ्यात पन्हाळ्यावरून ज्या राजदिंडीने मध्यरात्रीच्या भर पावसात शिवाजी महाराज विशाळगडास निसटले, ती जागा अशीच उपेक्षित आहे. गमतीची गोष्ट अशी की, पन्हाळ्यावर सजाकोठी नावाची आदिलशाहीकालीन एक इमारत आहे. त्या इमारतीच्या शेजारी शासनाने एक बोर्ड लावला आहे. त्यावर म्हटले आहे की, सिद्दी जोहरच्या वेढ्यात शिवाजी महाराज या इमारतीतून उडी मारून निसटले. या उंच इमारतीवरून उडी मारल्यावर शिवाजी राजा जायबंदी होणार नाही का, असा साधा प्रश्नही आमच्या शासनाला पडत नाही! पन्हाळ्यावरच आमचे मित्र प्रसिद्ध इतिहास संशोधक मु. गो. गुळवणी कायमचे वास्तव्य करून आहेत. पन्हाळ्याचा सर्व इतिहास त्यांच्या जिभेवर आहे. पन्हाळ्याचा खडा न् खडा त्यांना ज्ञात आहे; पण त्यांचा सल्ला घेतो कोण?

नुकताच मी सिंधुदुर्गाला जाऊन आलो. आठ-दहा वर्षांपूर्वी जेव्हा गेलो होतो त्या वेळी सिंधुदुर्गाच्या अवस्थेहून आजची अवस्था अधिक चिंताजनक वाटली. सर्वत्र झाडझाडोऱ्यांचे साम्राज्य आणि समुद्राच्या लाटांनी कोसळणाऱ्या तटबंद्या पाहून मन उदास झाले. आपणा सर्वांस माहीत आहे की तिथे शिवरायांचे मंदिर असून, त्यात त्यांची पाषाणमूर्ती आहे. महाराष्ट्रातील शिवप्रभूंची ही एकमेव पाषाणमूर्ती होय. तसेच किल्ल्याच्या प्रवेशद्वाराच्या उजव्या बाजूस तटबंदीवर शिवप्रभूंच्या उजव्या हाताचे व पायाचे चुन्यात उठविलेले ठसे आहेत. तटबंदीवर असलेले शिवछत्रपतींचे हे ठसे म्हणजे इतिहासाचा अमोल ठेवा आहे. पण त्यांच्या संरक्षणाची काहीही व्यवस्था नाही. उद्या एखाद्या समाजकंटकाने या अवशेषास हानी पोहोचविली तर सर्व महाराष्ट्र पेटून उठेल व आम्ही शिवाजी महाराजांवरील प्रेमाने लाखो रुपयांचे समाजाचे म्हणजे आमचेच नुकसान करू. पण आज या अवशेषासंबंधी एखादा लाख खर्च करून काही उपाययोजना करणार नाही.

धार्मिक भावनेने का होईना, पण आमचे इस्लामी बांधव आपल्या ऐतिहासिक वास्तूंचे ज्या निष्ठेने जतन करतात ती खास कौतुकास्पद

गोष्ट म्हटली पाहिजे. आपण विशाळगडावरील मलिक रेहानचा दर्गा पाहिला असेल, अगर प्रतापगडाच्या पायथ्याशी असणारी अफझलखानाची कबर तर निश्चितच पाहिली असेल. खान स्वराज्याचा शत्रू असूनही महाराजांनी त्याच्या कबरीची व देखभालीची चोख व्यवस्था केली, हा महाराजांचा थोरपणा झाला. या गोष्टीचा आम्हांस जरूर अभिमान आहे, पण अफझलखानाच्या कबरीवरून आम्ही काही शिकणार आहोत का? ही कबर पाहणारे आपण तेथील व्यवस्था व टापटीप पाहून भारावून जातो. आपण आपल्याच ऐतिहासिक वास्तूंची कशी अक्षम्य हेळसांड करीत आहोत, याची अपराधी भावना तेथे तीव्रतेने आपल्या मनामध्ये निर्माण होते. पण ही आमची अपराधी भावना प्रतापगडाहून महाबळेश्वरात येईपर्यंत टिकते. महाबळेश्वराच्या निसर्गसौंदर्याची भुरळ मनावर पडली की काही तासांपूर्वीची ती अपराधी भावना इतिहासजमा झालेली असते!

बरे, आम्हास काही इतिहासप्रेमच नाही म्हणावे, तर तेही खरे दिसत नाही. महाराष्ट्रात जवळजवळ प्रत्येक शहरी शिवछत्रपतींचे पुतळे उभारले गेले आहेत. आता शिवाजी महाराजांचा पुतळा नाही, असे शहर महाराष्ट्रात शोधूनच काढावे लागेल. काही शहरांत तर दोन-दोन पुतळे आहेत! लाखो नव्हे करोडो रुपये आम्ही या पुतळ्यावर खर्च केले आहेत. या पुतळ्यांची देखभाल आम्ही करू शकतो का, हा प्रश्न बाजूस ठेवला, तरी हे पुतळे पाहिल्यावर मराठी लोकांना इतिहासप्रेम नाही असे त्यांचा शत्रूसुद्धा म्हणणार नाही!

इतिहासाबद्दलचे प्रेम, आस्था व अभिमान या गोष्टी प्रत्येक समाजामध्ये सुप्तावस्थेत असतात. प्रसंगविशेषे त्यांचे प्रकटीकरण होत असते. आपल्यासारख्या इतिहास अभ्यासकांचे हे काम राहील, की समाजातील सुप्तावस्थेत असणारी इतिहासप्रेमाची ही भावना जागृत करून तिला एक लोकचळवळ बनविणे. अशी लोकचळवळ बनविल्याशिवाय महाराष्ट्रातील ऐतिहासिक वास्तूंचे जतन होणार नाही. शासनाने या वास्तूंचे जतन करण्यास पुढाकार घेतला पाहिजे हे खरे, पण जनमताचा रेटा जर शासनाच्या मागे नसेल, तर शासन नुसते बोलत राहील; काही करणार नाही. कारण शासनाला काही तेवढेच एक काम नाही. तथापि आपल्यासारख्या इतिहास परिषदेने ऐतिहासिक वास्तूंचे जतन

करणारी एखादी विस्तृत योजना त्यांना सादर केली, तर महाराष्ट्र शासन खात्रीनेच तिचा विचार करेल, अशी आशा करावयास जागा आहे.

पण केवळ प्रत्येक गोष्ट शासन करेल, असे विसंबून चालणार नाही. समाजातील विविध संस्था व संघटना यांनी या बाबतीत पुढाकार घ्यायला हवा. मध्यंतरी प्रसिद्ध साहित्यिक व गडकोटप्रेमी गो. नी. दांडेकर यांनी अशी एक सूचना केली होती की, महाराष्ट्रातील प्रत्येक साखर कारखान्याने किमान एक किल्ला देखभालीसाठी, तेथील वास्तूंचे जतन करण्यासाठी, दत्तक घ्यावा. खरोखरच ही सूचना स्तुत्य आहे. आज सहकारी साखर कारखानदारीची आर्थिक शक्ती प्रचंड आहे. साखरसम्राटांनी थोडासा कृपाकटाक्ष टाकला तरी बरेच कार्य होऊन जाईल. असेच कार्य महाराष्ट्रातील जिल्हा परिषदा, नगर परिषदा यांनाही करता येईल. त्यांचे दरवाजे आम्ही ठोठावले पाहिजेत. अनुभव असा आहे की ठोठावले की या मंडळींची द्वारे उघडतात व आपले म्हणणे ऐकून ती सहकार्य करायला तयार होतात. आणि त्यासाठी फार लांब कशाला जा? आजचे हे इतिहास परिषदेचे अधिवेशन अहमदनगर परिषदेच्या सहकार्यानेच भरविले जाते आहे, एवढेच नव्हे, तर नगर परिषद एक ऐतिहासिक वस्तुसंग्रहालय चालवीत आहे, ही वस्तुस्थिती माझे म्हणणे सिद्ध करण्यास पुरेशी नाही काय?

मी हे एवढ्यासाठी सांगतो आहे की, शासनकर्ते अथवा स्थानिक स्वराज्य संस्थांमधील लोकप्रतिनिधी ही काही परकी माणसे नाहीत. ती आमचीच आहेत. आमच्याइतकाच त्यांनाही आपल्या पूर्वजांच्या इतिहासाचा अभिमान आहे. प्रश्न आहे, त्यांच्यापर्यंत आपण पोहोचायला हवे. ऐतिहासिक वारशाचे जतन हा आपला जिव्हाळ्याचा विषय आहे. तो त्यांच्या जिव्हाळ्याचा विषय करण्यात आपण यशस्वी झालो तर मित्रहो, 'दिल्ली' तशी फार लांब नाही!

दि. १३ जानेवारी १९९१

महाराष्ट्रातील इतिहास-संशोधनाची दुरवस्था : एक मीमांसा*

महाराष्ट्रातील इतिहास संशोधनाची चळवळ

महाराष्ट्राला सुमारे दीड-दोन हजार वर्षांचा ज्ञात इतिहास आहे. पण या इतिहासाचे संशोधन मात्र गेल्या फक्त शंभर वर्षांतील आहे. इंग्रजांनी या भारत देशाबरोबर महाराष्ट्रही जिंकला आणि इंग्रज राज्यकर्त्यांबरोबर त्यांची संस्कृती, त्यांची शास्त्रे, त्यांची शिक्षणपद्धती इत्यादी अनेक बाबीही येथे रुजू लागल्या. पूर्वजांच्या इतिहासासाठी परकीयांवर अवलंबून राहता कामा नये; आपल्या इतिहासाचे आपण संशोधन केले पाहिजे, याचे आत्मभान गेल्या शतकाच्या शेवटच्या पावक्यात निर्माण झाले. त्यातून एक इतिहास संशोधनाची चळवळ उभी राहिली. त्यामागे स्वजनांमध्ये आपल्या देशाबद्दल, इतिहासाबद्दल व संस्कृतीबद्दल अस्मितेची जाणीव निर्माण व्हावी, हा प्रधान हेतू होता.

याच सुमारास महाराष्ट्रात समाजसुधारणेच्या व राजकीय हक्काच्या चळवळी उदयास आल्या. या सर्वच चळवळी म्हणजे थंड गोळ्याप्रमाणे पडलेल्या महाराष्ट्रात चेतना उत्पन्न करणाऱ्या चळवळी होत्या. त्यांचे प्रवाहही समांतरच प्रवास करत होते. आपण या चळवळींच्या प्रवाहांच्या अधिक खोलात गेलो तर असे स्पष्ट होते की, स्वदेशाच्या इतिहासाचे संशोधन करणाऱ्या चळवळीचे राजकीय चळवळीशी, विशेषतः क्रांतिकारी

---

* सगरोळी, जि. नांदेड येथे भरलेल्या अखिल महाराष्ट्र इतिहास परिषदेच्या पाचव्या अधिवेशनाच्या अध्यक्षपदावरून केलेले भाषण – १९९६.

चळवळीशी, आंतरिक जिव्हाळ्याचे संबंध प्रस्थापित झाले होते. तसे ते असणेही स्वाभाविक होते. कारण राजकीय चळवळीच्या मागे ज्या अनेक प्रेरणा कार्य करीत होत्या, त्यांपैकी एक प्रधान प्रेरणा इतिहासापासून पुढे येत होती. केवळ क्रांतिवीर वासुदेव बळवंत, स्वा. सावरकर किंवा शहीद भगतसिंग यांनीच इतिहासातून प्रेरणा घेतली होती असे नाही, तर राष्ट्रीय स्वातंत्र्याचे आंदोलन चालवीत असता लोकमान्य टिळक, लाला लजपतराय किंवा पंडित नेहरू यांनाही इतिहासाची प्रेरणा साह्यकारी ठरल्याचे दिसून येते. केवळ स्वातंत्र्य आंदोलनासाठी नव्हे, तर नवराष्ट्राच्या जडणघडणीतही इतिहासाचा मोलाचा वाटा आहे, ही गोष्ट स्वयंसिद्ध आहे.

गेल्या शतकाच्या शेवटी उदयास आलेल्या इतिहास संशोधन चळवळीस अनेक कर्तबगार व्यक्तींचे नेतृत्व मिळाले. त्यामध्ये इतिहासाचार्य राजवाडे, डॉ. भांडारकर, भारताचार्य चिं. वि. वैद्य, राजारामशास्त्री भागवत, न्या. रानडे, रावब. का. ना. साने, रावब. द. ब. पारसनीस, प्रो. बाळाजी प्रभाकर मोडक यांसारख्या अनेक विद्वानांचा नामनिर्देश करता येईल. महाराष्ट्रातील इतिहास संशोधकांची ही पहिली पिढी होती. यानंतरच्या कालखंडात, म्हणजे इ. स. सुमारे १९२० ते १९६० या दरम्यान, महाराष्ट्रात संशोधकांचा मळा फळाफुलांनी जणू बहरून आला. वा. वा. खरेशास्त्री, रियासतकार सरदेसाई, म. म. दत्तो वामन पोतदार, म. म. वा. वि. मिराशी, डॉ. एच. डी. सांकलिया, डॉ. एम. जी. दीक्षित, वि. स. वाकसकर, स. म. दिवेकर, वा. कृ. भावे, शं. ना. जोशी, आबा चांदोरकर, डॉ. बाळकृष्ण, डॉ. पिसुर्लेकर, वा. सी. बेंद्रे, प्रा. न. र. फाटक, त्र्यं. शं. शेजवलकर, डॉ. व्ही. जी. दिघे, य. न. केळकर, ग. ह. खरे, डॉ. अप्पासाहेब पवार, देवीसिंग चौव्हान, पं. सेतुमाधवराव पगडी, मा. वि. गुजर, स. मा. गर्गे, डॉ. रा. चिं. ढेरे, स. शं. देसाई, डॉ. व्ही. जी. हाताळकर अशी संशोधकांची नावे किती सांगावीत! आधुनिक महाराष्ट्राच्या संस्कृतीची उभारणी ज्या अनेक व्यक्तींनी केली आहे, त्यांमध्ये या महानुभावांचा लक्षणीय वाटा आहे.

अर्वाचीन महाराष्ट्राने कागदपत्रांचा भारा डोक्यावर वाहून नेणारे व पोटास चिमटा लावून पूर्वजांची इतिहाससाधने प्रकाशित करणारे

इतिहासाचार्य राजवाडे पाहिले आहेत. सलग तीन दशके संभाजी चरित्रसाधनांचा शोध घेऊन जनमानसात छत्रपती संभाजीच्या पराक्रमी प्रतिमेची प्राणप्रतिष्ठा करणारे बेंद्रे पाहिले आहेत. शेकडो ताम्रपट व शिलालेख यांचा शोध घेणारे व त्याद्वारा आपल्या पूर्वजांचा प्राचीन इतिहास प्रकाशात आणणारे डॉ. मिराशी आणि आजन्म ब्रह्मचारी राहून राजवाड्यांची इतिहास संशोधनाची परंपरा पुढे चालवणारे ग. ह. खरे पाहिले आहेत. अगदी परवाचे उदाहरण घ्यायचे झाले तर अंधत्व आले तरी इतिहास संशोधन व लेखन यांचे व्रत शेवटच्या श्वासापर्यंत स्वीकारलेल्या पं. सेतुमाधवरावांचे दर्शन महाराष्ट्राने घेतले आहे.

अशा या महाराष्ट्रात इतिहास संशोधनाची आज काय स्थिती आहे? आपले आयुष्य सर्वस्वी इतिहास संशोधन व लेखन या कार्यास वाहिलेल्या थोर इतिहास संशोधकांची व इतिहासकारांची तेजस्वी परंपरा आता लुप्त होते आहे, ही वस्तुस्थिती आपणास नाकारता येत नाही; आणि खरे तर ही तुमची आमची सर्वांचीच खंत आहे. पण ही तेजस्वी परंपरा खंडित होण्याची कारणे काय, या प्रश्नाचे उत्तर वरवर देता येण्यासारखे नाही. ते समाजशास्त्रीय भूमिकेतूनच शोधावे लागेल.

इतिहास संशोधन क्षेत्रातील दुरवस्थेची मीमांसा

इतिहास संशोधन क्षेत्रातील दुरवस्थेचे पहिले कारण असे दिसते की, स्वातंत्र्यपूर्व कालात इतिहास संशोधन व इतिहासलेखन ही प्रक्रिया राष्ट्रीय अस्मिता जागृत करण्याच्या चळवळीचा एक अविभाज्य भाग अशी मानली गेली. या काळात 'स्वदेशी' हे जसे व्रत म्हणून मानले गेले, तसेच 'स्वदेशाच्या इतिहासाचा शोध' हे एक राष्ट्रीय व्रत मानले गेले; आणि म्हणूनच या राष्ट्रीय व्रताशी एकनिष्ठ राहिलेले व्रतस्थ संशोधक पारतंत्र्याच्या काळातही निर्माण झाले. स्वातंत्र्यप्राप्तीनंतर अशा व्रताचे माहात्म्य स्वदेशीप्रमाणेच मागे पडत गेले.

दुसरे असे की, स्वातंत्र्यपूर्वकालात समाजातील कर्तबगारी दाखविण्याची क्षेत्रे सीमित होती. समाजकारण, राजकारण, शिक्षण, साहित्य, इतिहास संशोधन, वृत्तपत्रे, वकिली, वैद्यकीय व्यवसाय व प्रशासनातील नोकरी अशी मोजकीच क्षेत्रे तरुण सुशिक्षितांना उपलब्ध होती. स्वाभाविकच या क्षेत्रांकडे ज्याला आपण 'क्रीम ऑफ सोसायटी' म्हणतो, अशा

व्यक्ती आकृष्ट होत होत्या. म्हणून समाजकारणात न्या. रानडे, प्रि. आगरकर, महर्षी शिंदे, महर्षी कर्वे; राजकारणात लो. टिळक, ना. गोखले; इतिहास संशोधनात राजवाडे, रियासतकार सरदेसाई, खरे; साहित्यात चिपळूणकर, शि. म. परांजपे, न. चिं. केळकर, फडके, खांडेकर अशी उत्तुंग व्यक्तिमत्त्वाची माणसे आपणास पाहावयास मिळतात. ही नामावली वानगीदाखल आहे. या कालखंडातील कर्तबगार व्यक्तींची यादी हवी तेवढी मोठी करता येईल. मुद्दा हा की, तत्कालीन समाजातील प्रखर बुद्धिमत्ता असणारी माणसे त्या काळी उपरोक्त क्षेत्रांकडे आपोआपच आकृष्ट झाली होती.

स्वातंत्र्योत्तर काळात देशाच्या प्रगतीची क्षेत्रे विस्तारित होत गेली. विज्ञान व तंत्रज्ञानाच्या प्रगतीबरोबर मानवी कर्तबगारीची विविध नवनवीन दालने खुली झाली. या क्षेत्रांत बुद्धिमान व कर्तबगार सुशिक्षितांची गरज निर्माण झाली. समाजातील बुद्धिमान तरुण वर्ग या नव्या दालनांकडे आकृष्ट होणे, ही काळाची गरज ठरली. परिणामी समाजकारण काय, राजकारण काय अथवा इतिहास संशोधन काय, अशा सर्वच क्षेत्रांकडे येणाऱ्या बुद्धिमंतांची संख्या रोडवत गेली. स्वाभाविकच प्रखर राष्ट्रवादी नेत्यांची, निरलस समाजसुधारणा करणाऱ्या सुधारकांची, निःस्वार्थी शिक्षण प्रसार करणाऱ्या कार्यकर्त्यांची, तत्त्वनिष्ठेने इतिहासाची उपासना करणाऱ्या संशोधकांची, वेदान्तांचा गाढा अभ्यास असलेल्या संस्कृत पंडितांची, आपल्या विषयात तज्ज्ञ असलेल्या विद्वान प्राध्यापकांची समाजात सर्वत्र वानवा जाणवू लागली. अर्थात ही घटना काही एका दशकात घडलेली नाही, हे आपण ध्यानात घेतले पाहिजे. स्वातंत्र्यानंतरच्या पाच दशकांत ती घडून आली आहे.

शेवटी आणखी एक कारण संभवते. ते म्हणजे आधुनिक समाजात भोगवादी संस्कृती झपाट्याने फोफावते आहे. सामाजिक प्रतिष्ठेचे मानदंड बदलत आहेत. एके काळी या महाराष्ट्रात जगन्नाथ शंकरशेट पारितोषिक मिळवणाऱ्या विद्यार्थ्याचे वृत्तपत्रांतून केवढे कौतुक व्हायचे! चिंतामणराव देशमुखांना हे पारितोषिक मिळाल्याची वार्ता समजताच, गोविंदाग्रजांनी 'बा चिंतामणी' नावाचे काव्य रचून त्यांचे जाहीर कौडकौतुकही केल्याची नोंद आहे. हे पारितोषिक मिळवणारा विद्यार्थी पुढे देशात आपल्या कर्तबगारीने चमकून जाई. तसे चिंतामणराव देशपातळीवर

चमकलेही.

त्याच महाराष्ट्रात आज कशाचे कौतुक केले जात आहे? 'एलिट मॉडेल सर्च कॉन्टेस्ट' यासारख्या सौंदर्यस्पर्धेत यशस्वी होणाऱ्या एखाद्या तरुणीचे आज वारेमाप कौतुक केले जात आहे. मायकेल जॅक्सनसारख्याच्या 'पॉप म्युझिक'ला 'अभिजात संगीता'चा दर्जा बहाल केला जातो आहे. याबद्दलही आमची तक्रार नाही. पाश्चात्त्यांच्या भौतिक संस्कृतीबरोबर त्यांची भोगवादी संस्कृतीही येणे अपरिहार्य आहे, हे आपण गृहीत धरले तर भोगवादी संस्कृतीचे माहेरघर असणाऱ्या अमेरिका, इंग्लंड, फ्रान्स, जर्मनी इत्यादी पाश्चात्त्य राष्ट्रांत ज्ञानाची जी मोठ्या प्रमाणावर उपासना केली जाते आहे, दीर्घकाल चालत आलेली संशोधनाची परंपरा अखंड जोपासली जात आहे, त्यांच्याकडे मात्र आम्ही सोईस्कर दुर्लक्ष करीत आहोत. आजसुद्धा जगात प्रतिष्ठित मानल्या गेलेल्या नोबेल पारितोषिकाचे सर्वाधिक विजेते या भोगवादी संस्कृतीच्या देशांकडे आहेत, आमच्याकडे नाहीत; हे वास्तव आपण ध्यानात घेतले पाहिजे.

एक काळ असा होता की, आमच्या पूर्वजांनी रचलेले 'स्वदेशे पूज्यते राजा विद्वान सर्वत्र पूज्यते' हे सुभाषित संस्कारक्षम वयाच्या मुलांसमोर आदर्श समाजरचनेचे एक सूत्र म्हणून ठेवले जात होते. आजच्या लोकशाहीच्या युगात राजेरजवाड्यांची जागा आमदार, खासदार, मंत्री या वर्गाने घेतली आहे; आणि राजकीय नेतृत्वाविषयी काही न बोललेलेच बरे, अशी आजची अवस्था आहे. तो एक स्वतंत्र संशोधनाचाच विषय आहे. आज राजकारणी व धनिक यांचीच सर्वत्र पूजा होताना दिसत आहे. राजकारण व अर्थकारण कधी नव्हते इतके हातात हात घालून चालत आहेत, एवढेच नव्हे, तर समाजातील प्रत्येक क्षेत्र त्यांनी आपल्या प्रभावाने काबीज केले आहे. अशा परिस्थितीत माणसाचे मोठेपण त्याने ज्ञान किती संपादन केले, समाजाच्या उन्नतीसाठी काय केले यावर पारखले न जाता, तो सत्तेच्या कोणत्या स्थानावर पोहोचला आहे किंवा त्याने संपत्तीचा किती संचय केला आहे, यावर मोजले जाणे, ही एक स्वाभाविक प्रतिक्रिया बनून जाते; आणि मग खऱ्या मोठेपणाच्या मोजपट्ट्या या कालबाह्य ठरून निरुपयोगी होतात.

समाजाच्या या अवनत अवस्थेच्या पार्श्वभूमीवर विद्वानांची अथवा संशोधकांची प्रतिष्ठा किंवा त्यांच्याविषयीचा आदर ही एक पुस्तकी

गोष्ट ठरते. अधूनमधून केव्हा तरी विद्वानाचा सत्कार सोहळा केला जातो, त्याच्या कार्याचा गौरवही केला जातो; पण अशा सोहळ्यांना उपस्थित राहणाऱ्या व्यक्तींना मात्र आपल्या मुलाने भावी आयुष्यात असा 'विद्वान' बनावे, हा विचार आवडणारा असला तरी परवडणारा नसतो. उद्या जर शालान्त परीक्षेत पहिला येणाऱ्या विद्यार्थ्याने 'आपण भावी जीवनात इतिहास संशोधक अथवा वैदिक पंडित होऊ इच्छितो,' अशी प्रतिज्ञा केली तर त्याच्या माता-पित्यांची, आप्तस्वकीयांची काय प्रतिक्रिया होईल, हे पाहण्यासारखे असेल.

इतिहास संशोधन संस्था व इतिहास प्राध्यापक

महाराष्ट्रातील प्रतिभासंपन्न इतिहास संशोधकांची आणि इतिहासकारांची परंपरा खंडित होत असता इतिहास संशोधनासाठी स्थापन झालेल्या संस्थांची काय स्थिती आहे? धुळ्याचे 'राजवाडे संशोधन मंडळ' अथवा पुण्याचा डेक्कन कॉलेजचा 'पुरातत्त्वीय विभाग' अशा काही मोजक्या संस्था सोडल्यास, महाराष्ट्रातील अन्य संस्थांची अथवा ऐतिहासिक वस्तुसंग्रहालयांची काय अवस्था आहे? एके काळी आपल्या कार्याने सर्व देशभर प्रतिष्ठा पावलेली पुण्याची 'भारत इतिहास संशोधक मंडळ' ही नामवंत संस्था कोर्टकचेरीच्या जंजाळात अडकून सरकारी प्रशासकांच्या हाती गेली, ही एक महाराष्ट्राच्या समाजजीवनातील शोकांतिकाच मानावी लागेल. तिकडे अहमदनगर येथील 'अहमदनगर वस्तुसंग्रहालया'चे संचालक सुरेश जोशी समाजास व शासनास निर्वाणीचे इशारे देत आहेत की, आपल्या संस्थेस मदतीचा हात मिळाला नाही तर त्यांचे वस्तुसंग्रहालय बंदच करावे लागेल. या घटना इतिहास संशोधन क्षेत्रातील दुरवस्थेच्या निदर्शक आहेत.

आता आम्हा इतिहासाच्या प्राध्यापकांची अवस्था काय आहे, हे पाहू गेल्यास आमच्यापैकी अनेक जणांचा संशोधनाशी संबंध येतो तो पीएच. डी. पदवी मिळविण्यापुरता. एकदा ती पदवी पदरात पडली की, हा संबंध फार जुजबी स्वरूपात अस्तित्वात राहतो. अनेकांचे संशोधन पदवीबरोबरच संपते. काही ज्येष्ठ प्राध्यापकांचा संशोधन क्षेत्राशी आपल्या पीएच. डी. च्या विद्यार्थ्यांना 'मार्गदर्शन' करण्याइतकाच संबंध राहतो. याला काही सन्माननीय अपवाद आहेत, हे ध्यानात

घेऊनही असे दिसते की, इतिहासाच्या प्राध्यापकांचे संशोधन पीएच. डी. पदवीभोवतीच फिरत असते. काही नवीन संशोधन प्रकल्प घ्यावेत, दप्तरखान्यात पडलेल्या हजारो कागदपत्रांचा धांडोळा घेऊन त्यातील इतिहास प्रकाशात आणावा, त्यासाठी आपल्या आयुष्यातील आठ-दहा वर्षे खर्ची घालावीत, अशी घटना प्राध्यापक विश्वात अभावानेच दिसून येते.

महाराष्ट्रातील इतिहास संशोधन क्षेत्राची ही अशी बिकट अवस्था झाली असली तरी 'सर्व काही संपले' आहे, असे मात्र मुळीच नाही. स. मा. गर्गे, डॉ. रा. चिं. ढेरे, प्रा. सदाशिव आठवले, डॉ. अ. रा. कुलकर्णी, डॉ. यु. म. पठाण, डॉ. य. दि. फडके, डॉ. प्र. न. देशपांडे, प्रा. पां. ना. कुलकर्णी, डॉ. विलास संगवे, डॉ. गंगाधर पानतावणे, डॉ. भास्कर भोळे, डॉ. देगलूरकर यांसारखे अनेक ज्येष्ठ संशोधक निष्ठेने आपापल्या क्षेत्रात कार्य करीत आहेत. शिवाय तरुण संशोधकांची एक नवी पिढीही उदयास येत आहे. त्यांपैकी निनाद बेडेकर, डॉ. सदानंद मोरे, डॉ. आ. ह. साळुंखे, डॉ. शेषराव मोरे, श्री. हरी नरके, डॉ. रमेश जाधव अशी काही नावे वानगीदाखल सांगता येतील (इतरही अनेक तरुण संशोधक आहेत. विस्तारभयास्तव सर्वांची नावे देत नाही.) या तरुण पिढीकडून निश्चितच काही भरीव कामगिरी पार पडावी, अशी अपेक्षा आहे.

अखिल महाराष्ट्र इतिहास परिषदेची जबाबदारी

उपरोक्त परिस्थितीच्या पार्श्वभूमीवर महाराष्ट्र पातळीवर कार्य करणाऱ्या आपल्यासारख्या इतिहास परिषदेची नैतिक जबाबदारी अधिकच वाढते. आपली परिषद ही काही फक्त इतिहासाच्या प्राध्यापकांची परिषद नाही. महाराष्ट्रातील सर्व इतिहासप्रेमींना तिची द्वारे खुली आहेत. समाजातील सर्व स्तरांमध्ये इतिहासासंबंधी आस्था व जाण निर्माण करणे, हे उद्दिष्ट स्थापनेपासून परिषदेने डोळ्यांसमोर ठेवले आहे. त्यामुळेच इतिहासाच्या प्राध्यापकाबरोबर डॉक्टर, वकील, इंजिनिअर, सरकारी नोकर एवढेच काय, इतिहासप्रेमी शेतकरीही इतिहास परिषदेच्या मांडवात येऊन इतिहासाच्या चर्चाचिकित्सेत भाग घेऊ शकतो. अशा अर्थाने इतिहास परिषदेचे व्यासपीठ व्यापक स्वरूपाचे मानले गेले पाहिजे.

दुसरे असे की आपल्या इतिहास परिषदेची वार्षिक अधिवेशने महाराष्ट्राच्या निरनिराळ्या विभागांत भरविली जातात. परिणामी त्या त्या विभागातील स्थानिक लोकांशी संपर्क साधून इतिहास परिषदेच्या कार्याशी त्यांचा परिचय होतो. त्यातूनही समाजातील इतिहासप्रेम वाढीस लागण्यास हातभार लागतो.

तथापि, इतिहास परिषदेचे सर्वांत मोठे कार्य म्हणजे नवोदित अभ्यासकास, संशोधकास, महाराष्ट्र पातळीवर एक संशोधकीय व्यासपीठ उपलब्ध करून देणे, हे होय. परिषदेच्या व्यासपीठावर एखादा अभ्यासक जेव्हा आपला शोधनिबंध सादर करतो, तेव्हा त्या निबंधावर होणाऱ्या चर्चाचिकित्सेतून त्या अभ्यासकास मार्गदर्शन मिळत असते. अधिवेशनाला येणाऱ्या ज्येष्ठ संशोधकांनी तसे मार्गदर्शन करावे, अशी अपेक्षाही असते. शोधनिबंध खरोखरच चांगला झाला असेल, तर ज्येष्ठ संशोधकांकडून मिळालेल्या शाबासकीने अशा तरुण संशोधकांच्या ठिकाणी नवी उमेद निर्माण होते; आणि मग तो उत्साहाने पुढील संशोधनासाठी तयार होतो. थोडक्यात, एका परीने परिषदेच्या व्यासपीठावर तरुण संशोधकाची जडणघडणच होत असते. अशा प्रकारे परिषदेचे व्यासपीठ हे संशोधकांची प्रशिक्षण शाळा ठरावी, अशी अपेक्षा आहे.

इतिहासाच्या प्राध्यापकांची जबाबदारी

महाराष्ट्राच्या इतिहास संशोधन क्षेत्रात उत्पन्न झालेल्या उदासीन परिस्थितीच्या पार्श्वभूमीवर आम्हा इतिहासाच्या प्राध्यापकांची जबाबदारी अधिकच वाढते. आमच्यापैकी अनेक जण पीएच. डी.सारख्या पदव्या प्राप्त केलेल्या बुद्धिमान व्यक्ती आहेत; उच्च प्रतीचे संशोधन करण्याची पात्रताही त्यांच्या ठिकाणी आहे. ग्रंथालयाच्या आणि दप्तरखान्याच्या अनेक सुविधा पूर्वीपेक्षा अनेक पटींनी उपलब्ध आहेत. आपणास मिळणारे वेतनही जीवन समृद्ध करण्याइतके मोठे नसले तरी सुखी जीवन जगण्यासाठी पुरेसे आहे. अशा अनुकूल वातावरणात आमच्यापैकी काही जणांनी (सर्वांनी नव्हे!) इतिहास संशोधनाच्या क्षेत्रात समर्पित भावनेने का बरे उतरू नये? आपण मिशनरी वृत्तीने काम केल्याशिवाय आमच्यात 'संशोधक' कसे तयार होतील? आम्ही पीएच. डी. चे मार्गदर्शक म्हणून आमच्या विद्यार्थ्यांना मार्गदर्शन करतो. तेही काम

मोलाचेच आहे, हे कबूल केले पाहिजे. त्या कामाला कमी लेखता येणार नाही. पण आम्ही प्राध्यापकांनीही 'मार्गदर्शना'चे रिंगण ओलांडून संशोधनाच्या क्षेत्रात स्वतःला झोकून दिले पाहिजे. काही सन्माननीय अपवाद सोडल्यास आज या रिंगणाच्या मर्यादेतच आमचे संशोधनकार्य चालू आहे, असे दिसून येते.

आम्ही प्राध्यापक मंडळी वयाच्या साठाव्या वर्षी सेवानिवृत्त होतो. खरे तर या वयाला आमच्या ठिकाणी ज्ञानाची व अनुभवाची परिपक्वता आलेली असते. आमची संशोधनाची पात्रताही वाढलेली असते. शिकवणे, मार्गदर्शन करणे यांसारख्या दैनंदिन व्यापातून आपण मुक्त झालेलो असतो. अशा सर्वस्वी अनुकूल परिस्थितीत आम्ही एखादा संशोधनात्मक प्रकल्प का बरे हाती घेऊ नये? सेवानिवृत्तीनंतर उर्वरित किमान आठ-दहा वर्षे तरी प्राध्यापकास ज्ञानोपासना निर्वेधपणे करण्यास काही हरकत नसावी.

आज असे चित्र दिसते आहे की, सेवानिवृत्तीनंतर काही जण आपल्या शेतीवाडीकडे अथवा अर्थार्जनाच्या अन्य व्यवसायांकडे वळतात. यांपैकी काहीच जमले नाही तर निष्क्रिय जीवन व्यतीत करतात. हे चित्र बदलले पाहिजे. नांदेडच्या प्रा. शेषराव मोरे यांच्यासारख्या अभियांत्रिकी महाविद्यालयातील प्राध्यापक संशोधन क्षेत्रात उडी घेऊन लक्षणीय कामगिरी करून दाखवितो; पुण्याचे स. मा. गर्गे वयाच्या पंच्याहत्तरीनंतरही नवनवीन प्रकल्प हाती घेताना दिसतात, तर आम्ही इतिहासाच्या प्राध्यापकांनीच उदासीन का राहावे? ही उदासीनता माझ्यासारख्यास अस्वस्थ बनवते. या अस्वस्थ भावनेपोटीच मी हे विचार मांडत आहे. त्यात कोणाचा अधिक्षेप करावा हा हेतू नाही.

आम्हास काय करता येईल?

येथपर्यंत इतिहास संशोधनाच्या क्षेत्रात जी वस्तुस्थिती दिसते आहे, ती आपल्यासमोर मी मांडली. अशा स्थितीत इतिहासाच्या प्राध्यापकांना व अन्य इतिहासप्रेमींना आपापल्या परीने काय करता येईल, याचाही विचार क्रमप्राप्त ठरतो. मोठमोठे संशोधनात्मक प्रकल्प ज्यांना हाती घेणे शक्य आहे, त्यांनी ते अवश्य घ्यावेत. पण सर्वांनाच ते जमणे शक्य नसते. अशा परिस्थितीत सर्व महाराष्ट्रभर विखुरलेल्या

इतिहास प्राध्यापकांनी व इतिहासप्रेमींनी स्थानिक इतिहासाचे संशोधन व जतन याकडे लक्ष द्यावे, अशी सूचना मला करावीशी वाटते. आणि ही गोष्ट फारशी अवघड आहे, असेही नाही.

उदाहरणार्थ, आपण ज्या प्रदेशात राहतो, त्या प्रदेशात अनेक प्राचीन मंदिरे, शिलालेख, देवदेवतांच्या मूर्ती, किल्ले, त्यावरील वास्तू, ऐतिहासिक वाडेहुडे, गढ्या, त्या ठिकाणचे दप्तर इत्यादी अवशेष विखुरलेले असतात. त्यांचा आपणास शोध घेता येईल. त्यांची यादी तयार करून ऐतिहासिक अवशेषांची पद्धतशीर वर्गवारी करता येईल. अभ्यास, संशोधन, तज्ज्ञांचा सल्ला यांच्या साहाय्याने या ऐतिहासिक साधनांचा इतिहासही हळूहळू आपल्यासमोर उलगडत जाईल. आणि असे आपण सातत्याने आठ-दहा वर्षे श्रम घेतले तर आपल्या लक्षात येईल की, आपणाजवळ आपल्या गावचा, आपल्या तालुक्याचा, आपल्या जिल्ह्याचा इतिहास लिहिण्याएवढी ऐतिहासिक सामग्री जमा झाली आहे. असे घडले तर आपण स्थानिक इतिहासाचे लेखन करावे, अशी इच्छा आपोआपच आपल्या ठिकाणी उत्पन्न होईल; आणि हे काम करीत असता स्थानिक लोकांमध्ये इतिहासाविषयीची आस्था निर्माण करण्याचे कार्य आपण करू शकाल. तसे झाले तर कित्येक ऐतिहासिक अवशेष नामशेष होण्याच्या मार्गावर आहेत, त्यांचेही समाजाकडून जतन होईल. असे कार्य महाराष्ट्राच्या सर्व भागांत सुरू झाले तर इतिहास संशोधन व जतन यांची एक चळवळच आम्ही उभी करू शकू.

इतिहास म्हणजे केवळ राजेरजवाड्यांच्या लढायांचा, पराक्रमाचा, त्यांच्या राज्यांच्या उदयास्ताचा वृत्तान्त, ही इतिहासाची संकल्पना आता मागे पडली आहे. समाजाचा इतिहास, बहुजनांचा इतिहास, अशा संकल्पना आता मान्यता पावल्या आहेत. इतिहासातील सामान्य माणूस, त्याला अवनत अथवा उन्नत करणारे विचार, त्याला बंदिवान अथवा मुक्त करणाऱ्या चळवळी यांचा मागोवा सामाजिक इतिहासात अभिप्रेत असतो. सर्व प्रकारच्या सामाजिक व आर्थिक चळवळी सामाजिक इतिहासाच्या कक्षेत येत असतात.

महाराष्ट्राच्या गेल्या शंभर वर्षांच्या सामाजिक इतिहासासंबंधी बोलायचे तर सत्यशोधक अथवा ब्राह्मणेतर चळवळीची संशोधनात्मक पातळीवर

उपेक्षाच होत आहे. या चळवळीची असंख्य साधने आता कालौघात नष्ट होत आहेत. ही चळवळ चालवणाऱ्या नेत्यांच्या कार्याचे समाजाला विस्मरण होत आहे. उदाहरण द्यायचे झाले तर गेल्या पिढीत होऊन गेलेले सत्यशोधक चळवळीचे नेते व खंदे पत्रकार श्यामराव देसाई यांची यंदा जन्मशताब्दी आहे, या गोष्टीची महाराष्ट्रातील किती अभ्यासकांना दखल आहे? श्यामराव देसाई एके काळी द. महाराष्ट्रातील अग्रेसर पत्रकार, विचारवंत, सत्यशोधक नेते म्हणून सर्वांना ज्ञात होते. आज त्यांचे नावही नव्या पिढीस माहीत नाही. श्यामराव देसाईंच्या 'राष्ट्रवीर'च्या संचिका (Back Files) बेळगावात व कोल्हापुरात संशोधकाची मार्गप्रतीक्षा करीत आहेत.

अशा किती तरी सामाजिक चळवळींवर व त्यामधील नेत्यांवर स्थानिक पातळीवर आपणास संशोधन करता येईल. अशीच गोष्ट स्वातंत्र्य आंदोलनात कार्य केलेल्या अनेक लहान-मोठ्या कार्यकर्त्यांची आहे. गेल्या पिढीत स्वातंत्र्य आंदोलनाच्या काळात महाराष्ट्राच्या प्रत्येक विभागात निरपेक्ष वृत्तीचे राष्ट्रभक्त व समाजसेवक निर्माण झाले. त्यांच्या चरित्रसाधनांची सर्वत्र उपेक्षा होत आहे. त्यांच्या वारसदारांना त्यांच्या पूर्वजांच्या पत्रव्यवहाराचे अथवा वस्तूंचे ऐतिहासिक महत्त्व वाटत नाही. अशा व्यक्तींच्या चरित्रसाधनांचा शोध घेऊन त्यांची चरित्रे भावी पिढ्यांसाठी लिहून ठेवणे, हेही काम स्थानिक पातळीवर करता येणे शक्य आहे.

गेल्या ५० वर्षांत ग्रामीण महाराष्ट्राचा चेहरामोहरा आमूलाग्र बदलला आहे. खेड्यातील 'गावगाडा' आता पूर्वीचा राहिला नाही. बैतेबलुते पद्धती आता अस्तास चालली आहे. खेड्यांत अनेक सामाजिक व आर्थिक बदल होत आहेत. परवापर्यंत कोरडवाहू शेतकरी गरिबीत दिवस कंठत होता. आता कालव्याचे पाणी त्याच्या शेतात आल्यावर तो ऊस बागायतदार, द्राक्ष बागायतदार, म्हणून नवश्रीमंत वर्गात मोडू लागला आहे. पूर्वी साधी तार करायची झाली तर त्यास तालुक्याच्या गावी दहा-वीस मैलांची पायपीट करावी लागे. आज घरबसल्या तो कितीही दूर अंतरावरील व्यक्तीशी संपर्क साधू शकतो. जगात घडणाऱ्या घडामोडी तो घरबसल्या टी. व्ही.च्या पडद्यावर बघू शकतो. अशा प्रकारे विज्ञानाने निर्माण केलेल्या सुविधा आता त्याच्या अगदी दाराशीच

नव्हे, तर घरात आलेल्या आहेत. ग्रामीण जीवनात झपाट्याने होणाऱ्या या बदलांनी समाजकारणाचे संदर्भ बदलत आहेत. ग्रामीण भागाचे अर्थकारण व त्यातून पुढे येणारे नवे नेतृत्व ही संशोधनाची नवी क्षेत्रे उदयास आली आहेत. आमच्यापैकी काही जणांना या नव्या बदलांचे वेध घेणारे संशोधन सुरू करता येईल.

अशा प्रकारे इतिहास संशोधन क्षेत्रात करावे तेवढे काम कमीच आहे. या क्षेत्रात शेकडो अभ्यासकांची गरज आहे. असे अभ्यासक एकाएकी निर्माण होणार नाहीत हे खरे; पण त्या दृष्टीने आपण आतापासून प्रारंभ करावयास काय हरकत आहे! आपण आपापल्या परीने लहान-मोठे संशोधन प्रकल्प हाती घेतले तर महाराष्ट्राच्याच नव्हे, तर देशाच्या सर्वांगीण इतिहासलेखनाच्या कार्यास हातभार लावल्याचे श्रेय आपणास मिळेल; आणि या कार्यात आपण यशस्वी झालो तर लुप्त होत जाणाऱ्या इतिहास संशोधनाच्या परंपरेचे पुनरुज्जीवन होऊन महाराष्ट्राला देशपातळीवर लौकिक प्राप्त होईल. या इतिहास परिषदेच्या अधिवेशनातून अनेकांना तशी प्रेरणा मिळो, ही शुभेच्छा या ठिकाणी मी व्यक्त करतो.

दि. १६ नोव्हेंबर १९९६

सामाजिक शास्त्रांच्या अभ्यासाची पुनर्रचना*

आपण सर्व जण नव्यानेच स्थापन झालेल्या स्वामी रामानंद तीर्थ मराठवाडा विद्यापीठाने आयोजित केलेल्या सामाजिक शास्त्रांच्या अभ्यासक्रमाच्या पुनर्रचनेचा विचार करण्यासाठी जमलेले आहोत. प्रथमतः मी आपल्या विद्यापीठाचे कुलगुरू डॉ. वाघमारे यांचे अभिनंदन करू इच्छितो. अभिनंदन यासाठी, की या विद्यापीठाने इतर विद्यापीठांत चालू असलेल्या सामाजिक शास्त्रांच्या अभ्यासक्रमाची नक्कल न करण्याचा व आपला मार्ग आपल्या प्रज्ञेने स्वतःच चोखाळण्याचा मार्ग स्वीकारला आहे. त्यासाठी महाराष्ट्रातील नामवंत संशोधक, अभ्यासक व प्राध्यापक यांनाही त्यांनी पाचारण केले आहे. या नामवंतांच्या विचारमंथनातून सामाजिक शास्त्रांच्या या विद्यापीठातील वाटचालीस मार्गदर्शनात्मक सूत्रे मिळतील, अशी आशा करण्यास हरकत नसावी.

पृथ्वीतलावरील सर्व प्राण्यांमध्ये मानवास सरस बुद्धिमत्तेची देणगी लाभली आहे. या बुद्धिमत्तेच्या जोरावरच मानवाने जीवन जगताना येणाऱ्या अनुभवाने व त्यावरील चिंतनाने 'ज्ञाना'चा संचय करण्यास प्रारंभ केला. प्रत्येक पिढी या ज्ञानसंचयात भर टाकत गेली. आज आपल्याकडे दिसणारा प्रचंड ज्ञानसंचय हा अशा प्रकारे शेकडो नव्हे, तर हजारो वर्षांच्या मानवाच्या अखंड अनुभवातून व चिंतनातून निर्माण झालेला आहे.

हा ज्ञानसंचय हा काही एकट्यादुकट्या संस्कृतीतच निर्माण झाला

---

* स्वामी रामानंद तीर्थ मराठवाडा विद्यापीठ यांच्या वतीने लातूर येथे आयोजित केलेल्या सामाजिक शास्त्राच्या चर्चासत्रात केलेले भाषण - १९९६.

असे नाही. पृथ्वीतलावर अस्तित्वात आलेल्या बॅबिलोनियन, चिनी, हिंदी, ग्रीक, रोमन इत्यादी संस्कृतींमधील शेकडो तत्त्वज्ञ व शास्त्रज्ञ यांचा सहभाग या ज्ञाननिर्मितीच्या कार्यात घडून आलेला आहे. बॅबिलोनियन संस्कृतीमधील हम्मुराबी, चिनी संस्कृतीमधील कन्फुशियस व लाओ त्से, हिंदी संस्कृतीमधील व्यास व गौतम बुद्ध, ग्रीक संस्कृतीमधील सॉक्रेटिस व ॲरिस्टॉटल, रोमन संस्कृतीमधील काटो व ल्युक्रेशियस अशा शेकडो विचारवंतांनी ज्ञानवंतांची भूमिका पार पाडल्याचे दिसते.

सामान्यतः आपण मानवाने आतापर्यंत संचय केलेल्या ज्ञानाची भौतिक शास्त्रे व सामाजिक शास्त्रे अशी विभागणी करत असतो आणि सामाजिक शास्त्रांच्या अंतर्गत अर्थशास्त्र, समाजशास्त्र, इतिहासशास्त्र, भूगोलशास्त्र, मानववंशशास्त्र, पुरातत्त्वशास्त्र, मानसशास्त्र, तत्त्वज्ञान इत्यादी अनेक शास्त्रांचा समावेश करतो.

पण पूर्वी, म्हणजे अर्वाचीन युगाच्या पूर्वी, ज्ञानाची अशी विभागणी केली जात नव्हती. आपणाला कल्पना आहेच की, समाजशास्त्र, अर्थशास्त्र, राज्यशास्त्र अशा सामाजिक शास्त्रांच्या आधुनिक स्वरूपातील शास्त्र म्हणून झालेला उदय गेल्या दोन शतकांतील आहे. आधुनिक समाजशास्त्राचा पाया ऑगस्त कॉतने, तर आधुनिक अर्थशास्त्राचा पाया ॲडम स्मिथने रचला, असे सांगण्यात येते. राज्यशास्त्राचा एक स्वतंत्र सामाजिक शास्त्र म्हणून उदय तर चालू शतकातील आहे.

तथापि याचा अर्थ असा नव्हे, की राज्यशास्त्र, अर्थशास्त्र, समाजशास्त्र आदी सामाजिक शास्त्रांचा अभ्यास तत्पूर्वी झालाच नाही. तो अनेक संस्कृतींमधील पंडितांकडून होतच होता. फक्त ही शास्त्रे कोणा तरी एखाद्या दुसऱ्याच ज्ञानवृक्षाखाली नांदत होती. उदाहरणार्थ, अगदी गेल्या शतकापर्यंत राज्यशास्त्र नैतिक तत्त्वज्ञानाच्या छायेखाली वावरत होते. राज्यशास्त्रच कशाला, इतर अनेक शास्त्रे तत्त्वज्ञान अंतर्गत अभ्यास क्षेत्रात मोडत होती. म्हणून अनेक शास्त्रांचा जनक समजला जाणारा ॲरिस्टॉटल हा ग्रीकांचा 'तत्त्वज्ञ' मानला गेला. आपल्याकडे अशा तत्त्वज्ञांना आपण ऋषीमुनी अथवा महर्षी समजत होतो. तथापि हे तत्त्वज्ञ काय अगर आपल्याकडील महर्षी काय, एकाच वेळी अनेक शास्त्रांच्या क्षेत्रांत ज्ञानोपासना करीत असल्याचे चित्र आपणास दिसते.

परक्या संस्कृतीमधील नको, अगदी आपल्या संस्कृतीमधील व्यास

महर्षीचे उदाहरण घेऊ. व्यासाची प्रज्ञा धर्म, अर्थ, काम व मोक्ष या चार पुरुषार्थांमध्ये विहार करीत असता अध्यात्म, तत्कालीन समाजमूल्ये, राज्यशास्त्र, राजनीतिशास्त्र, युद्धकला, युद्धनीती इत्यादी अनेक शास्त्रांवर भाष्य करीत असते. असा हा व्यास आम्ही कोण समजायचा? तत्त्वज्ञ की राजनीतिज्ञ? समाजशास्त्रज्ञ की युद्धनीतिज्ञ? खरे तर तो ज्या ज्या शास्त्रावर भाष्य करतो त्या त्या शास्त्राचा तो अधिकारी आहे, शास्त्रज्ञ आहे. आणि सर्व शास्त्रे समाजाशी, सामाजिक व्यवहाराशी निगडित असल्याने हिंदू संस्कृतीमधील व्यास काय अगर ग्रीक संस्कृतीमधील ॲरिस्टॉटल काय- आमच्या लेखी प्राचीन श्रेष्ठ समाजशास्त्रज्ञच आहेत.

अर्वाचीन काळात आपण जसजसे अलीकडे येऊ लागतो, तसतसे जगातील ज्ञानाची कक्षा रुंदावत गेल्याचे दिसून येते. समाजशास्त्र, अर्थशास्त्र, राज्यशास्त्र इत्यादी ज्ञानशाखांना केवळ स्वतंत्र शास्त्रांचा दर्जा मिळाला असे नव्हे, तर या प्रत्येक शास्त्राच्या अंतर्गत अनेक उपशाखा उत्पन्न झाल्याचे दिसून येते. उदाहरणार्थ समाजशास्त्रांतर्गत नागरी समाजशास्त्र, ग्रामीण समाजशास्त्र, औद्यागिक समाजशास्त्र, राजकीय समाजशास्त्र इत्यादी अनेक शाखा उदयास आल्या. अशीच गोष्ट अर्थशास्त्राची. प्रारंभी केवळ अर्थशास्त्राच्या मूलतत्त्वांचा अभ्यास करणारे हे शास्त्र पुढे औद्योगिक अर्थशास्त्र, कृषी अर्थशास्त्र, ग्रामीण अर्थशास्त्र, बँकिंग, सहकार, नाणेबाजार, भांडवलबाजार अशा अनेक शाखांत विकसित झाल्याचे दिसून येते.

सामाजिक शास्त्राच्या अभ्यासकाने आणखी एका गोष्टीचे भान ठेवले पाहिजे, ते म्हणजे अर्थशास्त्र, समाजशास्त्र, इतिहास, राज्यशास्त्र इत्यादी शास्त्रे एकाच ज्ञानाच्या बुंध्यापासून विकसित झालेली आहेत. ती एकमेकांपासून अलग करता येणार नाहीत. हवाबंद कप्प्यात त्यांना घालून त्यांचा स्वतंत्रपणे अभ्यास करता येणार नाही. अर्वाचीन जगाच्या इतिहासाच्या अभ्यासकास मार्क्सच्या 'समाजसत्तावाद' जसा माहीत असला पाहिजे, तसा ॲडम स्मिथचे 'लेसे फेअर' तत्त्वज्ञानही परिचित असले पाहिजे; एवढेच नव्हे, तर सुप्रसिद्ध निसर्गशास्त्रज्ञ चार्ल्स डार्विनचा 'उत्क्रांतिवादाच्या सिद्धान्ता'चीही ओळख असायला हवी. जी गोष्ट इतिहासाच्या अभ्यासकाची, तीच गोष्ट इतर सामाजिक शास्त्रांच्या अभ्यासकांची आहे. सारांश, सर्वच सामाजिक शास्त्रे एकमेकांत गुंतलेली

आणि एकमेकांच्या सहकार्याने उभी राहिलेली आपणास दिसतील.

या वास्तवतेमधूनच सामाजिक शास्त्रांच्या क्षेत्रात 'आंतर विद्याशाखीय अभ्यास' ही संकल्पना पुढे आली आहे. या संकल्पनेनुसार सामाजिक शास्त्रातील एका शाखेच्या अभ्यासकास अन्य शाखेतील अंतःप्रवाहांचा परिचय असला पाहिजे, अशी अपेक्षा केली जाते. ज्या विचारांनी ते शास्त्र प्रगत झाले आहे, तेच त्या शास्त्राचे अंतःप्रवाह असतात. त्या अंतःप्रवाहांची निदान तोंडओळख तरी अभ्यासकास हवी. जसे वैद्यक क्षेत्रातील शल्यविशारदास मानवी शरीररचनेच्या सर्व भागांचे ज्ञान असणे आवश्यक असते. भले हृदयरोगतज्ज्ञ मेंदूची शल्यचिकित्सा करणार नाही, पण मेंदूच्या कार्यपद्धतीचे त्यास ज्ञान असणे आवश्यक आहे. थोड्याफार फरकाने सामाजिक शास्त्राच्या अभ्यासकाचेही असेच आहे.

सामाजिक शास्त्रांच्या या शाखा, त्यांच्या उपशाखा आणि पुन्हा उपशाखांच्या उपशाखा असा ज्ञानसंचयाचा विकास होणे स्वाभाविक, आवश्यक व अपरिहार्य आहे. याचे मूलतः कारण असे, की मानवाच्या संपर्कसाधनातील अभूतपूर्व क्रांतीने जग लहानलहान बनत चालले आहे, आणि जगातील ज्ञानाचा स्फोट होऊन ज्ञान- विश्वाच्या कक्षा अवकाशातील विश्वाच्या कक्षेप्रमाणे प्रत्यही विस्तार पावत आहेत. याबरोबर प्रत्येक शास्त्राच्या व त्याच्या अंतर्गत असलेल्या उपशाखांच्याही कक्षा विस्तारत आहेत. इंटरनेटसारख्या अत्याधुनिक साधनांमुळे ज्ञानगंगेचे प्रवाह आता अभ्यासकाच्या घरी कळ दाबली की सुरू होणार आहेत.

सामाजिक शास्त्राच्या अभ्यासकाने ज्ञानाच्या स्फोटाच्या वास्तवाचे भान सतत ठेवले पाहिजे, नाहीतर अल्पसंतुष्टता व आत्मसंतुष्टता हे दोष त्याच्या ठिकाणी निर्माण होऊन तो ज्ञानप्रवाहाच्या बाहेर फेकला जाण्याचा धोका निर्माण होतो.

शेवटी प्रस्तुतच्या चर्चासत्राच्या अनुषंगाने आणखी एक महत्त्वाचा मुद्दा शिल्लक राहतो. विद्यापीठीय स्तरावर सामाजिक शास्त्रांचा अभ्यासक्रमात समावेश करीत असता कोणती दक्षता घेतली पाहिजे. माझ्या मते, सामाजिक शास्त्र- मग ते अर्थशास्त्र असो वा राज्यशास्त्र, त्याचा समाजातील वर्तमान स्थितीशी सांधा जुळला गेला पाहिजे. वर्तमानाशी काहीच प्रस्तुतता (Relevance) नसणारा कोणताही शास्त्राचा अभ्यासक्रम

विद्यार्थ्यास, पर्यायाने समाजास फारसा उपयुक्त ठरणार नाही. याउलट सामाजिक शास्त्राच्या मूलतत्त्वांचा अभ्यास करणाऱ्या विद्यार्थ्यांना त्यांच्या भोवतालच्या जगातील त्या मूलतत्त्वांच्या अंमलबजावणीचे दर्शन घडविणे आवश्यक आहे. उदाहरणार्थ, अर्थशास्त्रांतर्गत सहकाराची मूलतत्त्वे शिकवीत असता, महाराष्ट्रातील सहकारी चळवळीतील यशापयशाचे दर्शन घडले पाहिजे. इतिहासातील भक्तिसंप्रदायाची कामगिरी शिकवीत असता, आपल्या विद्यापीठातील विद्यार्थ्यांना मराठवाड्यातील संतांच्या कार्याचा परिचय करून दिला गेला पाहिजे.

मी एक इतिहासाचा प्राध्यापक व अभ्यासक या नात्याने इतिहास या सामाजिक शास्त्राच्या अभ्यासाच्या प्रस्तुततेविषयी अधिक खुलाशाने मते मांडावीत अशी संयोजकांची अपेक्षा आहे.

इतिहास म्हणजे केवळ राजकीय इतिहास ही संकल्पना आता केव्हाच मागे पडली आहे. राजांचे जन्म-मृत्यू, राज्यांचे उदयास्त, त्यांच्या राज्यकारभाराच्या सुधारणा व चुका, त्यांच्या लढाया, विजय-पराभव, त्यांची कारस्थाने इत्यादींचा राजकीय इतिहास हा कमी महत्त्वाचा आहे असे नाही; पण तो तत्कालीन काळाचे सम्यक दर्शन घडवू शकत नाही. तत्कालीन समाजाचे यथार्थ प्रतिबिंब अशा इतिहासात उमटत नाही.

इतिहासाने मानवजातीच्या गतकालीन वाटचालीचे, मानवाच्या आचार-विचारांचे, त्याच्या अनेक क्षेत्रांतील यशापयशांचे कथन करावे, अशी आमची अपेक्षा असते. ही अपेक्षा केवळ राजकीय इतिहासाकडून पूर्ण होऊ शकत नाही. ते काम सामाजिक इतिहासाकडून अपेक्षित असते.

सामाजिक इतिहासाची कक्षा व व्याप्ती फार मोठी आहे. त्यामध्ये समाजातील धर्म, पंथ, वर्ण, वर्ग, जातीपाती, त्यांचे व्यवसाय, श्रद्धा, अंधश्रद्धा, चालीरीती, सण, उत्सव, मनोरंजनाचे प्रकार, साहित्य रचना, नानाविध कला, उद्योगधंदे, व्यापार अशा अनेक विषयांचा समावेश होतो. दुसऱ्या शब्दांत तत्कालीन समाजात बहुसंख्य असलेला सामान्य माणूस कसे जीवन जगत होता, त्याची जीवनपद्धती कोणती होती, याचा विचार सामाजिक इतिहास करत असतो. असा विचार होत असता राजकीय इतिहासही सामाजिक इतिहासाचे एक अंग बनून

जातो. एवढेच नव्हे, तर इतिहासाच्या दरबारात राज्यशास्त्र, अर्थशास्त्र, समाजशास्त्र, तत्त्वज्ञान आदी सर्व सामाजिक शास्त्रांना सन्मानाने पाचारण करून त्यांचेही सहकार्य घेतले जाते.

आज महाराष्ट्रातील विद्यापीठांतील अभ्यासक्रमात राजकीय इतिहासाचे मोठे प्राबल्य आहे. सामाजिक इतिहासाची दीर्घकाल झालेली उपेक्षा लक्षात घेता, त्यात काही नवल नाही. तथापि आपल्या अभ्यासक्रमात सामाजिक इतिहासास यथार्थ स्थान दिले पाहिजे, ही जाण आता विद्यापीठांना होऊ लागली आहे. काही विद्यापीठांत सामाजिक इतिहासाचे स्वतंत्र विषय ठेवले जात आहेत, तर काही ठिकाणी राजकीय इतिहासाबरोबर तत्कालीन सामाजिक इतिहासाची प्रकरणे जोडली जात आहेत. आपल्या विद्यापीठातील अभ्यासाची पुनर्रचना करीत असता, सामाजिक इतिहासाला त्याचे उचित स्थान दिले जावे, अशी सूचना करावीशी वाटते.

आणखी एक महत्त्वाचा मुद्दा आपल्यासमोर मी मांडू इच्छिता, तो म्हणजे इतिहासाच्या अभ्यासक्रमाची रचना करीत असता स्थानिक इतिहासाचा त्यामध्ये अपरिहार्यरीत्या समावेश झाला पाहिजे. आपल्या विद्यापीठातून बाहेर पडणाऱ्या इतिहासाच्या स्नातकास मराठवाड्याचा इतिहास, मराठवाड्यातील सांस्कृतिक व सामाजिक चळवळींचा इतिहास, मराठवाड्याच्या नगरातील प्रमुख ऐतिहासिक अवशेषांचा इतिहास ज्ञात असला पाहिजे. नाहीतर असे घडेल की इंग्लंड-अमेरिकेच्या इतिहासाचा अभ्यास करणाऱ्या आपल्या विद्यापीठाच्या विद्यार्थ्यास नांदेडच्या गुरू गोविंदसिंगाच्या समाधीविषयी माहिती असणार नाही. हिंदुस्थानच्या स्वातंत्र्य चळवळीचा इतिहास अभ्यासणाऱ्या विद्यार्थ्यांस स्वामी रामानंद तीर्थांचे स्वातंत्र्य चळवळीतील योगदान ज्ञात होणार नाही. असे घडता कामा नये, याची दक्षता तज्ज्ञांनी घेतली पाहिजे.

शेवटी अभ्यासक्रमाच्या पुनर्रचनेच्या संदर्भात विद्यापीठावर येणाऱ्या सर्वांत महत्त्वाच्या जबाबदारीचा निर्देश करतो. ती जबाबदारी म्हणजे नव्याने सुरू करावयाच्या विषयांची दर्जेदार क्रमिक पुस्तके उपलब्ध करून देणे. तसे झाले नाही तर 'रोगापेक्षा इलाज भयंकर' या न्यायाने विद्यार्थी वर्गाची व प्राध्यापक वर्गाचीही मोठी मुस्कटदाबी होते. विशेषतः सामाजिक इतिहास आणि स्थानिक इतिहास या विषयांच्या संदर्भात ही समस्या निर्माण होण्याची शक्यता आहे. या समस्येवर मात करण्यासाठी

विद्यापीठाने पुढाकार घेऊन तज्ज्ञांच्या समितीकडून त्या त्या विषयाची क्रमिक पुस्तके तयार करावीत; अन्यथा आपणास आवडणाऱ्या कल्पना आम्ही विद्यार्थ्यांच्या माथी मारून मोकळे झालो, असा दोषारोप येण्याचा संभव आहे.

दि. १८ नोव्हेंबर १९९६

स्थानीय (Local) इतिहासाचे महत्त्व*

खानदेश इतिहास परिषदेसारख्या संस्थेने दर वर्षी प्रादेशिक पातळीवर अधिवेशने भरवणे, ही विद्येच्या क्षेत्रामधील एक आवश्यक बाब आहे. अखिल महाराष्ट्र पातळीवर 'अखिल महाराष्ट्र इतिहास परिषद' या नावाची संस्था कार्यरत आहे. याशिवाय नागपूर, अमरावती, मराठवाडा, शिवाजी इ. विद्यापीठांतील इतिहास प्राध्यापकांच्याही इतिहास परिषदा गेली अनेक वर्षे आपापली अधिवेशने भरवीत आहेत. अशा प्रादेशिक परिषदांमधून नवोदित अभ्यासकांना व संशोधकांना आपले संशोधन सादर करण्याची उत्तम संधी मिळते. तसेच त्यांनी सादर केलेल्या विषयावर चर्चा, चिकित्सा होऊन त्यांना जाणत्या अभ्यासकांकडून मार्गदर्शन व प्रोत्साहन मिळत असते.

प्रादेशिक परिषदांचा आणखी एक फायदा होतो. तो म्हणजे अशा परिषदांकडून प्रादेशिक इतिहासाच्या किंवा स्थानीय इतिहासाच्या अभ्यासास गती प्राप्त होते. उदा. खानदेशातील ऐतिहासिक घराणी, त्यांची दप्तरे, शिलालेख, ताम्रपट, नाणी, गडकोट, प्राचीन मंदिरे, रीतीरिवाज, सामाजिक चालीरीती, लोकसाहित्य व लोककला इत्यादी बाबींचा अभ्यास आपण खानदेशातील अभ्यासक मंडळी जेवढ्या सहजतेने आणि आस्थेने करू शकाल, तेवढ्या सहजतेने खानदेशाबाहेरील अभ्यासकाला ते शक्य होईलच असे नाही. याही दृष्टीने विचार करता, आपल्यासारख्या प्रादेशिक इतिहास संस्थांची समाजाला अत्यंत गरज

---

* नगरदेवळा, जि. जळगाव येथे भरलेल्या 'खानदेश इतिहास परिषदे'च्या सहाव्या अधिवेशनाच्या अध्यक्षपदावरून केलेले भाषण – १९९८

आहे, असे माझे मत आहे.

या संदर्भात आणखी एक मुद्दा मी आपल्यासमोर मांडू इच्छितो, तो म्हणजे केवळ राष्ट्र पातळीचाच इतिहास महत्त्वाचा मानणे बरोबर नाही. राष्ट्र पातळीवरील इतिहासाच्या बरोबर प्रादेशिक अथवा स्थानीय पातळीवरच्या इतिहासासही महत्त्व दिले गेले पाहिजे. कारण प्रादेशिक अथवा स्थानीय इतिहासाच्या पायावरच राष्ट्रीय इतिहासाची इमारत उभी राहिलेली असते. राष्ट्रीय पातळीवरच्या इतिहासाच्या सर्व पदरांचे, उदा. राजकीय, सामाजिक, आर्थिक, आध्यात्मिक इत्यादींचे यथार्थ दर्शन घडवायचे झाले तर ठिकठिकाणचा प्रादेशिक इतिहास समर्थपणे शोधला जाऊन समाजासमोर मांडला गेला पाहिजे. इंग्लंड, अमेरिका यांसारख्या प्रगत देशांमध्ये प्रत्येक परगण्याचाच नव्हे, तर लहान-मोठ्या गावांचा इतिहासही संशोधित करून छोट्या-मोठ्या वस्तुसंग्रहालयाच्या रूपाने अथवा स्थानीय इतिहासग्रंथाच्या रूपाने जतन केला जातो. कारण तिकडे स्थानीय इतिहास हे राष्ट्रीय इतिहासाचे एक अविभाज्य अंग मानले जाते.

काही वेळा प्रादेशिक इतिहासच इतका महत्त्वाचा असतो की, तो राष्ट्रीय इतिहासाचा गाभाच बनून राहातो. उदाहरणार्थ, महाराष्ट्रातील सामाजिक इतिहासातील लोकहितवादी-फुले-रानडे-आगरकर-शाहू-आंबेडकर-शिंदे या सुधारकांचे कार्यच एवढे समाजपरिवर्तनाच्या क्षेत्रात मूलगामी स्वरूपाचे होते, की त्यास राष्ट्रीय इतिहासात मानाचे स्थान प्राप्त होणे अपरिहार्य आहे. किंबहुना या सुधारकांच्या कार्यास वगळून राष्ट्राच्या सामाजिक इतिहासास पूर्णत्व येऊ शकत नाही. जी गोष्ट महाराष्ट्राची तीच बंगाल, पंजाब, केरळ, कर्नाटक, तमिळनाडू इत्यादी प्रदेशांची आहे. या सर्व प्रदेशांतील समाजसुधारकांच्या कार्यांच्या इतिहासानेच आधुनिक भारताच्या सामाजिक इतिहासातील दालन सुसज्ज होणार आहे.

स्थानीय इतिहास हा प्रादेशिक इतिहासाचाच एक भाग असतो. इतिहासात होऊन गेलेल्या लढाया, तहरह, इतिहासकालीन राजधान्या, गडकोट किंवा लेण्यासारख्या कलाकृतींची केंद्रे इत्यादी बाबींच्या अस्तित्वामुळे काही ठिकाणांना इतिहासात महत्त्वाचे स्थान प्राप्त झालेले असते. पुणे, सातारा, कोल्हापूर, अहमदनगर, औरंगाबाद, अजंठा,

वेरूळ, विजापूर अशी नावे काही वानगीदाखल देता येतील. या ठिकाणांचा स्थानीय इतिहास केवळ 'स्थानीय' राहत नाही. काही प्रसंगी तो स्थानीयत्वाच्या अथवा प्रादेशिकत्वाच्या मर्यादा ओलांडून राष्ट्रीय इतिहास प्रवाहात सामील झालेला दिसतो.

आता एक गोष्ट खरी, की महाराष्ट्रातील सर्वच ऐतिहासिक स्थळांना पुणे- सातारा किंवा अजंठा-वेरूळसारखे राष्ट्रीय इतिहासात स्थान प्राप्त होणारे नसले तरी त्यामुळे स्थानीय इतिहासाचे मूल्य कमी मानले जावे अथवा तो दुर्लक्षित व्हावा, असे मात्र मुळीच नाही. उलट स्थानीय इतिहासाचे धागे प्रादेशिक इतिहास अधिक समृद्ध बनवू शकतात. स्थानीय इतिहासाचे हे धागे राजकीय, सामाजिक, सांस्कृतिक, आर्थिक स्वरूपाचे असू शकतात. शेवटी इतिहास हा अशा प्रकारच्या उभ्या आणि आडव्या धाग्यांनीच बनलेला असून, या धाग्यांची वीण जेवढी दाट होईल तेवढे इतिहासाचे महावस्त्र अधिक तलम आणि पक्के होत असते.

अगदी उदाहरणच द्यायचे झाले तर आपण ज्या भागातून आला आहात तेथील एखाद्या ऐतिहासिक घराण्यातील कागदपत्रे तत्कालीन महसूल व्यवस्थेवर अथवा गावगाड्यातील न्याय व्यवस्थेवर प्रकाश टाकू शकतील. आपल्या परिसरातील मंदिरे व त्यामधील मूर्ती तत्कालीन मंदिरस्थापत्य व मूर्तिशिल्प यामध्ये मोलाची भर टाकू शकतील. आधुनिक काळात आता इतिहासाची संकल्पना पूर्णपणे बदलली आहे. राजकीय इतिहासापेक्षा सामाजिक व सांस्कृतिक इतिहासास आता अधिक महत्त्व दिले जात आहे आणि ते बरोबरही आहे.

या दृष्टीने विचार करता, आपल्या परिसरातील गतकालीन अनेक सामाजिक घडामोडींचाही आपणास शोध घेता येईल. अशा घडामोडींत एखादा वृत्तपत्राचा उदयास्त असेल, सत्यशोधक चळवळीसारख्या चळवळीची वाटचाल असेल, त्या चळवळी अंतर्गत बहुजनात जागृती करणाऱ्या सत्यशोधक जलशांची लाट असेल, ४२च्या चळवळीत सर्वस्वाने झोकून देऊन आत्मयज्ञ करणाऱ्या स्वातंत्र्यसैनिकाची गाथा असेल अथवा त्या चळवळीत खादी, ग्रामोद्धार, दारूबंदी, अस्पृश्योद्धार, शिक्षणप्रसार, गांधीलग्न यांसारख्या छोट्या-मोठ्या उपचळवळी असतील. अशा गतकालीन सामाजिक चळवळींची यादी बरीच करता येईल.

त्यासाठी आपणाजवळ संशोधकाची शोधक नजर व स्वकीयांच्या इतिहासांविषयी तळमळ मात्र असली पाहिजे.

तसे पाहिले तर प्रत्येक गावाला, प्रत्येक परिसराला इतिहास असतो. मी माझ्या जन्मगावाचेच ऐतिहासिक सर्वेक्षणाचे काम हाती घ्यावे, असे योजित आहे. पूर्वीच्या सातारा जिल्ह्यातील आणि आता सांगली जिल्ह्यात असणारे तडसर हे माझे गाव ४० वर्षांपूर्वी (मी जेव्हा शिक्षणासाठी गाव सोडले तेव्हा) ३००० लोकवस्तीचे पंचक्रोशीतील एक मोठे खेडे (मौजे) होते. आम्ही खालसा मुलखात येत असल्याने इंग्रज सरकारने पाऊणशे वर्षांपूर्वीच येथे प्राथमिक शाळा सुरू केली होती. त्यामुळे गावात साक्षरतेचे प्रमाण तुलनात्मकदृष्ट्या लक्षणीय होते. पश्चिमेला असणाऱ्या डोंगरांच्या ओळीतून पुढे येणाऱ्या ओढ्याच्या काठी वसलेले हे निसर्गसुंदर गाव. गावचे प्रमुख रावबहाद्दूर तात्या रावजी पवार त्यांच्या कार्याने पंचक्रोशीत मशहूर झाले होते. तात्या रावजी मोठे श्रीमंत व प्रतिष्ठित व्यापारी तर होतेच, शिवाय त्यांची मुंबईत नामांकित व्यापारी पेढी होती. सार्वजनिक कार्याची विलक्षण ओढ असल्याने त्यांनी इंग्रज दरबारी असलेले आपले वजन खर्च करून गावच्या कल्याणाच्या अनेक गोष्टी केल्या. त्या काळात म्हणजे सुमारे पाऊणशे वर्षांपूर्वी मुख्य रस्त्यांला जोडणारा आमचा चार मैल लांबीचा रस्ता जागोजागी पूल बांधून पक्का तयार केला होता. असा रस्ता स्वराज्यातही कित्येक गावांना अद्यापि मिळालेला नाही!

अशा या आमच्या गावात एक प्रशस्त विठोबाचे मंदिर असून, त्याच्या शिखराची उंची १०५ फूट आहे. संपूर्ण जिल्ह्यात इतक्या उंचीचे शिखर नाही. स्थापत्यशास्त्राचा तो उत्तम नमुना आहे. त्या काळात पॉलिश केलेले ग्रॅनाईटचे दगड मंदिरात वापरले आहेत! याशिवाय गावात जैनांचे पार्श्वनाथ आणि कालिका देवीचे मंदिर, हिंदूंचे हेमाडपंती महादेवाचे मंदिर, शेजारच्या डोंगर ओळीवर असणारे डोंगराईचे शिवकालीन मंदिर. अशी मंदिरे म्हणजे इतिहासकालीन स्थापत्यशास्त्राचे विविध नमुनेच आहेत.

ही झाली गावची उघड दिसणारी ठळक वैशिष्ट्ये. पण स्वातंत्र्यपूर्व काळात महाराष्ट्रातील राजकीय, सामाजिक, शैक्षणिक चळवळींचेही पडसाद गावावर उमटले होते.

लो. टिळकप्रणीत शिवजयंत्युत्सव आमच्या गावी साजरा होत होता. गावात शिवाजी महाराजांच्या नावाने यात्रा भरवली जात होती. कोणा अन्य दैवताच्या नावे नव्हे! क्रांतिसिंह नाना पाटलांच्या प्रतिसरकारची राजधानी कुंडल आमच्याच परिसरातील. या प्रतिसरकारात आमच्या गावातील काही स्वातंत्र्यसैनिक सहभागी झाले होते. म. फुलेप्रणीत सत्यशोधक चळवळीची लाट आमच्या गावी आली होती आणि अनेक जण सत्यशोधकी कार्यकर्ते बनले होते. काहींनी सत्यशोधक जलशातही कामे केली होती. शिकलेली मराठा मंडळीच पुढे होऊन गावातील लग्न लावत होती. लग्ने सत्यशोधक पद्धतीने होत होती. खुद्द माझे वडील अशा लग्नात पौरोहित्य करीत. त्या वेळी म. फुल्यांनी रचलेल्या मंगलाष्टका म्हटल्या जात!

सन १९५२ मध्ये कर्मवीर भाऊराव पाटील आमच्या गावी आले व त्यांच्या पायांनी आमच्या गावी शिक्षणाची गंगा अवतीर्ण झाली. पंचक्रोशीत कुठेच नव्हती अशी शिक्षणाची पाणपोई हायस्कूलच्या रूपाने निर्माण झाली. गावच नव्हे तर अवतीभोवतीच्या पंचवीस खेड्यांतील मुले शिकू लागली! बहुजन समाज शहाणा होऊ लागला!

मी या गावचा पहिला बी. ए., एम. ए. झालेला. पण आज आमच्या गावात ग्रॅज्युएट झालेल्या मुला-मुलींची संख्या शेकड्यांनी मोजावी इतकी आहे. आजचे आघाडीचे दलित लेखक वामन होवाळ आमच्याच गावचे. एवढेच नव्हे, तर महाराष्ट्र राज्याचे आजचे पोलिस प्रमुख अरविंद इनामदारही आमच्या गावचे सुपुत्र! गावास नाटक, कीर्तन व शाहिरी यांची परंपरा लाभलेली होती. शिराळकर नावाच्या मर्दानी आवाजाच्या शाहिराने गावाचा लौकिक पश्चिम महाराष्ट्रात सर्वत्र केला होता. मी हे सांगतो ते आमच्या गावची प्रौढी मिरविण्यासाठी नाही; तर आमच्या गावासारख्या एका खेडेगावासही कसा सामाजिक व सांस्कृतिक इतिहास असू शकतो आणि या इतिहासाचे अंतःप्रवाह इतिहासाच्या मुख्य प्रवाहास कसे जाऊन मिळतात याचे दिग्दर्शन घडावे, हाच हेतू माझ्या प्रतिपादण्यात आहे.

खानदेशाचा इतिहास राजकीय, सामाजिक व सांस्कृतिकदृष्ट्या समृद्ध आहे. आपण या परिषदेसाठी खानदेशाच्या कानाकोपऱ्यातून आलेले आहात. आपल्या गावचा, आपल्या परगण्याचा इतिहास आपण

शोधक नजरेने पाहिलात तर किती तरी ऐतिहासिक गोष्टी आपणाकडून प्रकाशात येतील. कोणी आपल्या परगण्यातील एखाद्या ऐतिहासिक स्थानाचे सर्वेक्षण हाती घ्यावे; कोणी आपल्या परिसरातील मंदिरांचे अथवा शिल्पांचे संशोधन करावे; कोणी खानदेशातील सत्यशोधक जलशाचे शोधन करावे; तर कोणी स्वातंत्र्योत्तर काळात ग्रामीण भागात गावागाड्याच्या बदललेल्या परिस्थितीचा शोध घ्यावा. आणखी कोणी ऐतिहासिक घराण्याच्या दफ्तरखान्यातील कागदपत्रे प्रकाशात आणावीत. अशी इतिहास संशोधनाची छोटीमोठी कामे आपण हाती घेतली आणि या परिषदेच्या व्यासपीठावर दर वर्षी सादर केलीत तर खानदेशाच्या समृद्ध इतिहासात दर वर्षी मोलाची भर पडत जाईल. खरे तर खानदेश इतिहास परिषदेचे हेच तर मुख्य उद्दिष्ट आहे. (संक्षिप्त)

दि. १० जानेवारी १९९८

इतिहासाच्या साधनांचा अभ्यास*

मराठवाड्यातील अभ्यासकांना मराठवाड्यातील स्वातंत्र्यसंग्रामाचा इतिहास हा एक सतत आवाहन करणारा इतिहासाचा प्रांत आहे. खालसा मुलखातील म्हणजे इंग्रज अमलाखालील लोकांचा स्वातंत्र्यलढा हा इंग्रज साम्राज्य सत्तेशी होता; तर मराठवाड्यातील लोकांचा लढा हा एतद्देशीय निजामी राजवटीशी होता. या लढ्याला केवळ राजकीयच नव्हे, तर सांस्कृतिक व धार्मिक पदर होते. खालसा मुलखातील राज्यकर्ते हे साम्राज्यवादी असले तरी ते सुसंस्कृत व आधुनिक विचाराचे होते; मराठवाड्यातील राज्यकर्ते असंस्कृत व मध्ययुगीन विचाराचे होते.

स्वातंत्र्यपूर्व कालखंडातील निजामी राजवटीमधील स्वातंत्र्यलढ्यावर मराठवाड्यातील अनेक अभ्यासकांनी लेखन केले आहे, हे खरे; पण अद्यापिही या लढ्याचे अनेक पैलू, विशेषतः सामाजिक पैलू, उपेक्षित राहण्याची शक्यता आहे. शिवाय या लढ्याची ऐतिहासिक साधने सर्व मराठवाडाभर पसरलेली आहेत. ती सर्व एकत्रित होणे गरजेचे आहे. विशेषतः या लढ्याच्या काळातील वृत्तपत्रांच्या संचिका (Back Files) चाळून त्यामधून ही साधने वेचून ती एकत्रित संपादित करावयास हवीत. यासाठी अभ्यासकांचे एखादे मंडळच कामास लागले पाहिजे आणि असे काम एखाद्या व्यक्तीच्या आवाक्याबाहेरचे असल्याने, विद्यापीठासारख्या संस्थेने हे काम हाती घ्यायला हवे.

---

* अलमला, जि. लातूर या ठिकाणी भरलेल्या मराठवाडा इतिहास परिषदेच्या एकविसाव्या अधिवेशनाचे प्रमुख पाहुणे म्हणून केलेले भाषण – २००१.

या संदर्भात नांदेडच्या स्वामी रामानंद तीर्थ विद्यापीठाने 'हैद्राबाद मुक्ती संग्रामातील स्वातंत्र्यसैनिकांच्या मौखिक नोंदी' एकत्रित संपादित करण्याचा जो प्रकल्प हाती घेतला आहे, त्याबद्दल खरोखरच त्या विद्यापीठास धन्यवाद दिले पाहिजेत. या प्रकल्पांतर्गत नुकताच अशा नोंदीचा डॉ. प्रभाकर देव यांनी संपादित केलेला पहिला खंड प्रकाशित झाला आहे. ही गोष्ट मराठवाड्याच्या संशोधन क्षेत्रातील लक्षणीय घटना आहे.

तथापि राजकीय घडामोडींचा इतिहास म्हणजेच देशाचा इतिहास, ही कल्पना आता पूर्णपणे मागे पडली आहे. राजकीय घडामोडी महत्त्वाच्या असतात. त्यामुळे इतिहास घडत असतो, याविषयी कोणाचे दुमत असण्याचे कारण नाही. पण देशामधील जो समाज असतो, तो अनेक सामाजिक व सांस्कृतिक घडामोडींमुळे घडत असतो. आणि म्हणूनच गेल्या दोन शतकांच्या हिंदुस्थानच्या इतिहासातील राजकीय चळवळींबरोबरच सामाजिक व सांस्कृतिक चळवळींचा अभ्यास सुरू झाला आहे.

महाराष्ट्रापुरते बोलायचे झाले तर गेल्या सव्वाशे वर्षांत महाराष्ट्राची सामाजिक जडणघडण करणारी व बहुजनांची अस्मिता जागृत करणारी एक मोठी चळवळ होऊन गेली आणि ती म्हणजे सत्यशोधक चळवळ. म. फुल्यांनी स्थापन केलेल्या सत्यशोधक समाजाच्या या चळवळीला खरे जोमदार रूप प्राप्त करून दिले ते राजर्षी शाहू छत्रपतींनी. त्यांच्या आश्रयाखाली या चळवळीचा बेळगाव - कोल्हापूरपासून धुळे-अमरावतीपर्यंतच्या प्रदेशात मोठ्या वेगाने प्रसार झाला आणि शेकडो सत्यशोधक कार्यकर्ते त्यातून उदयास आले. या चळवळीच्या विचाराच्या प्रसारासाठी कुणी वृत्तपत्रे काढली; कुणी सत्यशोधक जलसे काढले; कुणी मेळे काढले; कुणी जलशांसाठी व मेळ्यांसाठी कवने रचली; कुणी सत्यशोधक पद्धतीने लग्ने साजरी गेली; कुणी शाळा काढल्या; कुणी वसतिगृहे स्थापन केली. अशी सत्यशोधक चळवळीची नानाविध कार्ये होती.

थोर समाजसुधारक कर्मवीर भाऊराव पाटील हे याच चळवळीचे अपत्य होत, हे लक्षात घेतले पाहिजे. भाऊरावांनी शिक्षण संस्था काढण्यापूर्वी सत्यशोधक जलसा चालविला होता. क्रांतिसिंह नाना

पाटील मूळचे सत्यशोधकच होत. बहुजन समाजात शिक्षणाचा प्रसार व्हावा, म्हणून हा तरुण कार्यकर्ता शेतकऱ्यांच्या रात्रशाळा चालवीत होता. नानांनी स्वतःचे लग्न सत्यशोधक पद्धतीने साजरे केले होते. असे शेकडो कार्यकर्ते आणि त्यांचे पुढारी बहुजन समाजाचा उद्धार करण्यासाठी निःस्वार्थीपणे, उच्चवर्णीयांचे शिव्याशाप घेत, राबत होते. या सत्यशोधक चळवळीने महाराष्ट्रातील बहुजन समाजाला खऱ्या अर्थाने जागे केले.

पण या चळवळीचा इतिहास आज उपेक्षित आहे. त्या चळवळीतील पुढाऱ्यांची चरित्रे राहू द्यात, पण त्यांची नावेसुद्धा आजच्या पिढीच्या विस्मृतीत गेली आहेत. याचे प्रमुख कारण म्हणजे त्या चळवळीच्या इतिहासाच्या साधनांची आम्ही अक्षम्य उपेक्षा केली आहे. मुकुंदराव पाटलांचे 'दीनमित्र', वालचंद कोठारींचे 'जागरूक', भगवंतराव पाळेकरांचे 'जागृती', श्रीपतराव शिंद्यांचे 'विजयी मराठा', अण्णासाहेब लठ्ठ्यांचे 'डेक्कन रयत', बळवंतराव पिसाळांचे 'विश्वबंधू', दत्ताजीराव कुरण्यांचे 'भगवा झेंडा', दिनकरराव जवळकरांचे 'तरुण मराठा', बाबूराव यादवांचे 'गरिबांचा कैवारी', नारायण विभूत्यांचे 'सत्यप्रकाश', श्यामराव देसायांचे 'राष्ट्रवीर', केशवराव बागडे व कीर्तिवानराव निंबाळकरांचे 'शिवछत्रपती', गणेश अक्काजी गवई यांचे 'बहिष्कृत भारत', डॉ. आंबेडकरांचे 'मूकनायक', के. सी. ठाकऱ्यांचे 'प्रबोधन', खंडेराव बागलांचे 'हंटर' अशी अनेक वृत्तपत्रे या वेळी सत्यशोधक व अस्पृश्योद्धार चळवळीस वाहिलेली होती. यांपैकी अनेकांची नावे आता विस्मृतीत गेली आहेत. अनेकांच्या संचिका (Back Files) कालौघात नष्ट झाल्या आहेत. काहींच्या कुठेकुठे शिल्लक आहेत, पण त्या नष्ट होण्याच्या मार्गावर आहेत.

आता या वृत्तपत्रांच्या संचिका जतन करायचे काम एकट्यादुकट्या अभ्यासकाच्या शक्तीबाहेरचे आहे. हे काम त्या त्या भागातील विद्यापीठांनी व सधन शिक्षण संस्थांनी करायला हवे. या संस्थांकडे जर विधायक सामाजिक दृष्टी असेल व इतिहासाच्या साधनांचे महत्त्व जाणण्याची मानसिक तयारी असेल, तर हे घडू शकते. कोल्हापूरच्या शिवाजी विद्यापीठांतर्गत कार्यरत असलेल्या 'शाहू संशोधन केंद्रात' अशा अनेक दुर्मिळ वृत्तपत्रांच्या संचिका जतन केल्या आहेत. त्यात ब्राह्मणेतर,

हंटर, अखंड भारत, विजयी मराठा, राष्ट्रवीर या वृत्तपत्रांच्या संचिका महत्त्वाच्या आहेत. याशिवाय कोल्हापूर स्टेट रेकॉर्ड्स आणि इंग्लंडमधील India Office Records & Library येथील शाहूकालीन शेकडो दस्तऐवज येथे ठेवले आहेत. आजच्या घडीला महाराष्ट्रातील सामाजिक व राजकीय चळवळींचे अनेक अभ्यासक या केंद्राचा लाभ घेत आहेत. मराठवाड्यातील विद्यापीठांनी आणि नामवंत शिक्षण संस्थांनी या कामी पुढाकार घ्यावा, असे या प्रसंगी सुचवावेसे वाटते.

या वृत्तपत्रांच्या संचिका कुठे सापडतील याचा नेम नाही. के. सी. ठाकरे यांच्या 'प्रबोधना'चे अंक खुद्द बाळासाहेब ठाकरे यांच्या घरी सापडत नाहीत; तर ते सांगली जिल्हातील तासगावजवळच्या काकडवाडी नावाच्या एका आडवळणी खेड्यात सापडतात. त्या गावच्या एका दिवंगत सत्यशोधकी कार्यकर्त्याच्या घरातील एका पत्र्याच्या पेटीत प्रबोधनाचे अंक व सत्यशोधक चळवळीचे अत्यंत दुर्मिळ साहित्य मिळाले आहे.

आता इतिहास संशोधनाच्या क्षेत्रातील आणखी एका महत्त्वाच्या प्रश्नाकडे वळतो. गेल्या पन्नास-साठ वर्षांमध्ये स्थानीय इतिहास (Local History) ही पाश्चात्त्य देशांत रूढ झालेली इतिहासाच्या क्षेत्रातील एक सर्वमान्य संकल्पना आहे. आपल्याकडेही याचे एक चांगले उदाहरण म्हणजे पुणे शहराचा ऐतिहासिक, सांस्कृतिक व सामाजिक आलेख उभा करणारा, डॉ. अरुण टिकेकर यांनी संपादित केलेला 'शहर पुणे' हा द्विखंडात्मक ग्रंथ होय. हा ग्रंथ इतिहासाच्या प्राध्यापकांनी, विशेषतः इतिहासाच्या अभ्यासकांनी अवश्य पाहावा, अशी सूचना या ठिकाणी करावीशी वाटते. एखाद्या नगराचा इतिहास हा किती प्रकारे मांडता येतो, याचे सम्यक दर्शन हा ग्रंथ घडवितो.

आपल्याकडे पूर्वी स्थलमाहात्म्य सांगणाऱ्या पोथ्या निर्माण झालेल्या होत्या. या पोथ्या त्या त्या स्थळाचे धार्मिक माहात्म्य वर्णन करणाऱ्या होत्या. एक प्रकारे आपल्याकडील तो स्थानीय इतिहासाचाच एक प्रकार होता. आता आपण ज्या भागातून आला आहात त्या भागातील नगराचा इतिहास लिहावयाचा झाला तर धार्मिक माहात्म्य हा त्या नगराच्या इतिहासाच्या अनेक पैलूंपैकी एक पैलू असेल. तेथे प्राचीन मंदिरे असतील तर त्यांचा पुरातत्त्वीय दृष्टीने शोध घ्यावा लागेल.

त्याची प्राचीन स्थापत्यशास्त्राच्या दृष्टीतून माहिती द्यावी लागेल. आपल्या नगरात एखाद्या कलाकुसरीचा व्यवसाय ऊर्जितावस्थेत आला असला तर त्याचा शोध घ्यावा लागेल. गेल्या शंभर वर्षांत आपल्या नगरात होऊन गेलेल्या राजकीय व सामाजिक चळवळीतील कार्यकर्त्यांच्या कामगिरीचा आढावा घ्यावा लागेल. वृत्तपत्रे, साहित्यिक, कलावंत इत्यादींची नोंद घ्यावी लागेल. थोडक्यात, आपली नगरी कोणकोणत्या ऐतिहासिक, सामाजिक, आर्थिक आदी स्थित्यंतरांतून गेली, याचा तो दस्तऐवजच असेल. मला खात्री आहे की, येथे जमलेल्या अभ्यासकांपैकी काही जण अशा प्रकारचा शोध प्रकल्प हाती घेण्याची क्षमता असणारे आहेत. त्या दृष्टीने जर विचार केला तर मराठवाड्यातील औरंगाबाद, नांदेड, लातूर आदी नगरांचे इतिहास येत्या दहा-पंधरा वर्षांत सिद्ध व्हावयास काहीच हरकत नाही.

चांगले काम पैशाअभावी नडत नाही, असे मी स्वानुभवावरून सांगू इच्छितो. आपण असा एखादा प्रकल्प हाती घेतला तर त्या त्या नगरातील सधन व्यक्ती व संस्थाच आपणास मदत करायला पुढे येतील, याविषयी खात्री बाळगा. प्रत्येक सुजाण व्यक्तीला आपल्या गावाबद्दल एक प्रकारची आत्मीयता असते. अभिमान असतो. गावचे नाव दुनियेत व्हावे, अशी सुप्त सामाजिक भावनाही असते. या सर्व भावनिक बाबी तुम्हाला तुमच्या कामात योग्य वेळेला मदत करायला पुढे होतात. शासनही या कामी मदत करू शकते. आता तर सध्याचे मुख्यमंत्री आपल्याच मराठवाड्यातील आहेत.* मराठवाड्यातील एखाद्या नगराचा असा 'स्थानीय इतिहास' लिहिला जात असेल, तर ते खात्रीनेच आपणास आनंदाने साहाय्य करतील.

आजचे युग हे कॉम्प्युटरचे, इंटरनेटचे आहे. कॉम्प्युटर क्षेत्रातील तंत्रज्ञान आता इतिहास अभ्यासकांनी उपयोजित करावयास हवे. आता आपण ज्या स्थानीय इतिहासाचा निर्देश केला, त्या संदर्भात इंटरनेटचे मोठे साहाय्य आपणास होईल. आपण आपल्या नगराचा स्थानीय इतिहास एकदा तयार केला तर त्याची एक वेब साईट आपणास निर्माण करता येईल. म्हणजे लातूर किंवा नांदेडचा स्थानीय इतिहास

---

* या वेळी श्री. विलासराव देशमुख महाराष्ट्राचे मुख्यमंत्री होते.

त्या त्या वेबसाईटवरून जगाच्या पाठीवर कुठेही असणाऱ्या लातूरकरांस अथवा नांदेडकरांस वाचता येईल. आता असे प्रयत्न आपल्या देशातच नव्हे, तर महाराष्ट्रात सुरू झाले आहेत. त्याचे हे एक उदाहरण देतो :

कराडमधील अमित सोमया या बिझनेस मॅनेजमेंटचा कोर्स करणाऱ्या एका विद्यार्थ्याने कराड शहराची भौगोलिक, ऐतिहासिक, सामाजिक व सांस्कृतिक माहिती देणारे 'कराड इन्फो डॉट कॉम' नावाची वेबसाईट निर्माण केली आहे. या वेबसाईटवर सातशे पानांची माहिती असून, रोज जगभरातील सुमारे शंभर लोक ही वेबसाईट पाहतात. दिवाळीपर्यंत या वेबसाईटची एक हजार पाने होणार होती. ही केवळ माहितीची वेबसाईट नाही. हिची रचना अशी केली आहे की जगभरातील कराडकर एकमेकांशी तिच्या माध्यमातून संवाद साधू शकतात! ११ सप्टेंबरच्या (२००१) वर्ल्ड ट्रेड सेंटरवरील हल्ल्यानंतर अनेक कराडकरांना या साईटचा फार मोठा उपयोग झाला. अमेरिकेतील कराडकरांशी भारतातील कराडकरांना त्वरित संपर्क साधता आला.**

जुनी जीर्णशीर्ण झालेली कागदपत्रे जी कालौघात नष्ट होण्याच्या मार्गावर आहेत, ती वाचविण्यासाठीसुद्धा आधुनिक विज्ञान व तंत्रज्ञान तुमच्या मदतीला येऊ शकते. अशा कागदपत्रांच्या सीडी तयार करून तुम्ही त्या भावी पिढ्यांसाठी जतन करू शकता. २८ ऑक्टोबर २००१ रोजीची महाराष्ट्र टाइम्समधील एक बातमी सांगते की, पुणे जिल्हा व सत्र न्यायालयातील दफ्तरखान्यातील जुन्या दुर्मिळ व महत्त्वाच्या अशा १२ ऐतिहासिक खटल्यांच्या कागदपत्रांच्या सीडी तेथील तिसऱ्या वर्गाच्या कर्मचाऱ्यांच्या संघटनेने पुढाकार घेऊन तयार केल्या आहेत. या सीडीमध्ये लोकमान्य टिळकांवर दाखल करण्यात आलेला १९०२ मधील ताई महाराज खटला, थोर क्रांतिकारक वासुदेव फडके यांच्याविरुद्धचा सशस्त्र उठावाचा १८७९ चा खटला, तसेच सेनापती बापट यांच्या विरुद्धचा मुळशी सत्याग्रहाबाबतचा ऐतिहासिक खटला या महत्त्वाच्या खटल्यांची साद्यंत कागदपत्रे तर आहेतच, शिवाय मुंबई प्रांताचे तत्कालीन गव्हर्नर अर्नेस्ट हॉटसन यांच्यावर गोळ्या घालणाऱ्या क्रांतिकारक गोगटे यांच्या विरुद्धच्या

** युवा सकाळ. दिनांक २९ सप्टेंबर २००१.

खटल्यातील, तसेच पुण्यात गाजलेल्या कॅपिटल थिएटर बॉम्ब खटल्यातील दुर्मिळ कागदपत्रांचाही समावेश करण्यात आला आहे. आता हे सीडीवाले रॅन्डसाहेबाच्या खुनाच्या खटल्याच्या कागदपत्रांचा शोध घेत आहेत.

कराडचा अमित सोमया काय, अगर पुण्याचे जिल्हा न्यायालयातील कर्मचारी काय, ही मंडळी काही इतिहासाचे अभ्यासक नाहीत, अथवा प्राध्यापकही नाहीत; पण इतिहास साधनाचे माहात्म्य जाणणारी ही मंडळी आहेत. ती इतिहासप्रेमी आहेत. म्हणूनच त्यांना इतिहासाला पायाभूत असणारी साधने जतन व्हावीत असे वाटते. आता इतिहासाचे प्राध्यापक अथवा अध्यापक नसणारी मंडळी जेव्हा इतिहास जतन करण्यासाठी जर एवढा खटाटोप अंतरीच्या तळमळीने करत असतील, तर तुम्हा-आम्हा इतिहासाच्या प्राध्यापकांची या संदर्भातील जबाबदारी अधिक वाढते आहे, अशी माझी प्रामाणिक समजूत आहे.

माझ्या या भाषणात मी हे जे विचार मांडले आहेत, ते काही उपदेश करण्याच्या हेतूने नाहीत. तसा उपदेश करावा, एवढा माझा अधिकारही नाही. तथापि इतिहास संशोधनाच्या क्षेत्रात जी काही अल्पशी मुशाफिरी मी केली आहे, तिच्या आधारावर माझ्या मनात येणारे विचार आपल्यासारख्या जाणत्या अभ्यासकांसमोर मांडले आहेत. त्यातील काही आपणास भावले, तर त्यावर आपण अवश्य विचार करावा.

दि. २३ नोव्हेंबर २००१

आधुनिक युगाची बीजे आमच्याकडे होती काय?*

इतिहास परिषदेच्या संयोजकांनी या परिषदेचे जे एक परिपत्रक काढले आहे, त्यात त्यांनी असे म्हटले आहे की 'इतिहास हे समाजाचे सांस्कृतिक संचित आहे आणि हे संचित पुढच्या पिढीपर्यंत पोहोचविणे हे एक सामाजिक कर्तव्य आहे.' संयोजकाचे हे उद्गार त्यांच्या इतिहासप्रेमाचे निदर्शक तर आहेतच, शिवाय एकूणच इतिहासाच्या सांस्कृतिक वारशाबद्दल आत्मभान दर्शविणारे आहेत, याचा मला मनापासून आनंद वाटतो. म्हणूनच मी या गोष्टीसाठी परिषदेच्या संयोजकांना मनापासून धन्यवाद देऊ इच्छितो.

जगाच्या इतिहासात प्राचीन, मध्ययुगीन व अर्वाचीन असे कालखंड इतिहासकारांनी मानले आहेत. सर्वसाधारपणे जगाच्या इतिहासातील अर्वाचीन म्हणजे आधुनिक कालंखड हा १६व्या शतकापासून सुरू होतो; पण आपल्याकडे म्हणजे हिंदुस्थानात तो १९व्या शतकाच्या पहिल्या एक-दोन दशकांत सुरू झाला. त्याचा प्रारंभ राजा राममोहन रॉय यांच्या कार्यापासून सुरू झाला, असे आपण मानतो. यामुळेच रॉयना First Modern Man of India ही उपाधी मिळाली आहे.

महाराष्ट्राच्या संदर्भात आधुनिक कालखंड केव्हा सुरू झाला, हा वादाचा विषय होऊ शकतो. सर्वसाधारणपणे पेशवाईच्या अस्तानंतर आंग्लाईच्या प्रारंभापासून महाराष्ट्रात आधुनिक युग अवतरले, असे समजले जाते. पण एखादे युग संपते आणि दुसरे युग सुरू होते, ही

* दि एज्युकेशन सोसायटी, अंबरनाथ, यांनी आयोजित केलेल्या राज्यस्तरीय इतिहास परिषदेतील आधुनिक महाराष्ट्र विभागाच्या अध्यक्षपदावरून केलेले भाषण – २००२.

घटना म्हणजे एखाद्या वर्षात अथवा दशकात होणारी घटना नसते. जुने युग अस्तास गेले, असे आपण म्हणालो तरी त्या युगाचे अवशेष नव्या युगात काही काल अस्तित्वात असतात. महाराष्ट्राबाबतही असेच म्हणावे लागेल. पेशवाईचा अस्त झाला म्हणजे लगेच जुने युग संपले, असे म्हणता येणार नाही. अज्ञान, अंधश्रद्धा, दुष्ट रूढी इत्यादीची जुन्या युगाची अपत्ये अगदी १९व्या शतकाच्या शेवटपर्यंत किंबहुना त्यानंतरही महाराष्ट्रात सुखेनैव संचार करताना दिसतात.

आधुनिक युगाचे हुंकार आपणास आचार्य बाळशास्त्री जांभेकर, भाऊ महाजन, लोकहितवादी इत्यादींच्या लिखाणातून स्पष्टपणे ऐकू येतात. खरे तर महाराष्ट्राचे आधुनिक युग त्यांच्यापासून सुरू झाले. पण आधुनिक युग सुरू झाले म्हणजे सर्व समाजात या युगाचा लख्ख प्रकाश पडला असे झाले नाहा, त्या वेळच्या समाजाचे नेतृत्व करणारा म्हणजे ब्राह्मण वर्ग हा कसा मूर्ख व दुष्ट रूढींमध्ये गुरफटून पडला होता, याचे खरे दर्शन आपणास लोकहितवादींच्या 'शतपत्रांत' घडून येते. आणि या वर्गाच्या जुलमाखाली भरडला जाणारा शूद्रातिशूद्रांचा प्रचंड समाज कोणत्या अवनतीस पोहोचला होता, हे आपणास म. जोतीराव फुल्यांच्या 'गुलामगिरी' या ग्रंथावरून स्पष्टपणे कळून चुकते.

मध्ययुगापासून हिंदी समाजाला, पर्यायाने मराठी समाजाला वेगळे करणाऱ्या आधुनिक युगाची पायाभूत तत्त्वे कोणती? माझ्या मते बुद्धिप्रामाण्य, विवेकनिष्ठा, वैज्ञानिक दृष्टिकोन, मानव्यवाद ही ती पायाभूत तत्त्वे होत. अमुक एका ग्रंथामध्ये लिहिले आहे अथवा अमुक एका माहात्म्याने ईश्वरी साक्षात्कार होऊन सांगितले आहे, म्हणून ते प्रमाण न मानता बुद्धीला पटले म्हणून प्रमाण मानणे, हे आधुनिक युगाचे महत्त्वाचे सूत्र होते. ईश्वर, स्वर्ग, सैतान, नरक आदी कल्पनांमध्येच हजारो वर्षे गुंतून पडलेली शास्त्रे व साहित्य यांना नव्या युगाच्या प्रणेत्यांनी मुक्त केले आणि माणूस व त्याची सुखदुःखे केंद्रस्थानी ठेवून नवी शास्त्र व साहित्य यांची निर्मिती सुरू केली. खरे म्हणजे माणसाला स्वर्गातील सुखापेक्षा पृथ्वीतलावर माणसासाठी स्वर्ग कसा निर्माण करता येईल, याचा विचार नवे युग पुढे आणत होते. त्यातूनच स्वातंत्र्य, समता, विश्वबंधुत्व, उदारमतवाद, मानवतावाद आणि पुढे समाजवाद यांसारख्या जीवनप्रणाली १८व्या व १९व्या शतकात युरोपात

विकसित झाल्या. इंग्रजांनी आपला देश १९व्या शतकात जिंकला आणि त्यांच्या राज्याबरोबरच युरोपात विकसित होत गेलेली उपरिनिर्दिष्ट तत्त्वे आणि जीवनप्रणाली यांचा प्रसार आपल्याकडे होऊ लागला.

काही महाराष्ट्रीय विद्वानांचे असे मत आहे की, महाराष्ट्रात आधुनिक युग सुरू करण्याचे श्रेय इंग्रजांकडे म्हणजे युरोपियन संस्कृतीकडे जात नाही, तर आधुनिक युगाची बीजे आमच्याकडे १७व्या १८व्या शतकांतच पेरली होती. नव्या युगाच्या अंतःप्रेरणा इंग्रज येण्यापूर्वीच महाराष्ट्रात रुजल्या होत्या. त्यांच्या या गृहीतकाच्या पुष्ट्यर्थ ते १७व्या शतकातील शिवछत्रपतींनी केलेली स्वराज्याची स्थापना व त्यांच्या वारसदारांनी १८व्या शतकात हिंदुस्थानात राजकीय धुरीणत्व प्रस्थापित करण्यासाठी केलेला प्रयत्न यांचे दाखले देतात. मराठ्यांचा हा राजकीय क्षेत्रातील प्रयोग म्हणजे युरोपातील राष्ट्रराज्य कल्पनसदृश प्रयोग असून, ती एक आधुनिक विचारप्रणालीच मानता येईल. निदान राजकीय क्षेत्रापुरती तरी मराठ्यांनी मध्ययुगातून आपली सुटका करून घेतली होती, असे त्यांचे म्हणणे आहे.

या विषयात अधिक खोलात जाण्याचे हे स्थळ नाही. तथापि राजकीय धुरीणत्व प्रस्थापित करण्याच्या मराठ्यांच्या राजकीय प्रवासाच्या शेवटच्या टप्प्यात त्यांचा नेता दुसरा बाजीराव व त्याचे शिंदे, होळकर या लोकांना खरोखरच या धुरीणत्वाची जाणीव होती, असे दिसत नाही. पेशवा सरदारांचे मुलूख लुटतो आणि सरदार पेशव्याची राजधानी लुटताहेत, हे दारुण चित्र मराठ्यांच्या अखिल भारतीय धुरीणत्वाच्या प्रतिमेचे तुकडे तुकडे करणारे ठरते! स्वतःचेच घर स्वतःच्या हातांनी जाळणाऱ्या या मराठ्यांकडून राजकीय धुरीणत्वाची अपेक्षा करणेच चूक होते. शिवछत्रपतींच्या स्वराज्य प्रयत्नात या धुरीणत्वाचा आभास होतो खरा, पण तो काही काळच! पुढे त्यांच्या वारसदारांना 'शिवाजी' समजला नाही. खरे तर हीच खरी १८व्या शतकाच्या महाराष्ट्राची व मराठ्यांची शोकांतिका होती.

१८व्या व १९व्या शतकांत सामाजिक क्षेत्रात जगाच्या तुलनेने आम्ही कुठे होतो? प्राचीन तेजस्वी धर्माचा आम्हाला पूर्ण विसर पडला होता; किंबहुना खरा धर्म म्हणजे काय, हे समजण्याची पात्रताच आमच्या ठिकाणी राहिली नव्हती. म्हणूनच आम्ही आमच्या समाजातील

कनिष्ठ वर्गातील लोकांना माणूस म्हणूनही स्वीकारायला तयार नव्हतो; एवढेच नव्हे तथाकथित वरिष्ठ वर्गातील लोक आपल्याच घरातील मुलीबाळींना, तरुण सुनांना, त्यांच्या पतीच्या चितेवर बांधून जाळून मारत होते आणि विशेष म्हणजे अशा अघोर, क्रूर कृत्यास आम्ही 'धर्मकृत्य' मानत होतो!

अहल्याबाई या आमच्याकडील १८व्या शतकातील सर्वांत सुबुद्ध, धर्मशील, पुण्यशील, कल्याणकारी राज्यकर्त्या. पण त्यांनासुद्धा आपल्या पुत्राच्या व नातवाच्या अकाली निधनानंतर आपल्या दोन सुनांना व पुढे दोन नातसुनांना स्मशानापर्यंत नेऊन चितांवर चढविण्याचा दारुण प्रसंग आयुष्यात सोसावा लागला. १७९० मध्ये अहल्याबाईंचा नातू नथोबा वयाच्या तेविसाच्या वर्षी क्षयाने मरण पावला. मागे अठरा वर्षांची एक व दहा वर्षांची एक अशा त्याच्या दोन बायका होत्या. या दोन कोवळ्या मुलींना घेऊन अहल्याबाई स्मशानापर्यंत पायउतारा होऊन गेली; काय वेदना झाल्या असतील बाईंच्या हृदयास; पण तीही धर्मापुढे हतबल होती; बंड करू शकत नव्हती. आमच्याकडे आम्ही स्त्रियांना असे जिवंत जाळत असता युरोपात मात्र सामाजिक क्षेत्रात फ्रान्स देशातील लोक राजाविरुद्ध व चर्चविरुद्ध बंड पुकारून 'मानवी हक्कांचा जाहीरनामा' प्रसिद्ध करीत होते; व्यक्तिस्वातंत्र्याचा महिमा गात होते; समतेचा व विश्वबंधुत्वाचा झेंडा उभारत होते!

आमच्याकडे या क्रांतिकारी घटनांची व त्यात अनुस्यूत असणाऱ्या मानवी स्वातंत्र्याच्या तत्त्वांची काहीच खबरबात नव्हती. ज्याने आपल्या महाराष्ट्राचे स्वातंत्र्य आपल्या दिवट्या कर्तबगारीने लयाला घालविले, त्या रावबाजीस आमच्याकडील काही इतिहासकारांनी व साहित्यिकांनी मोठा मुत्सद्दी पुरुष ठरविण्याचा खटाटोप केलेला आहे. हा रावबाजी ब्रह्मावर्ताला इंग्रजांचा पेन्शनर म्हणून सुखनैव जीवन जगत होता. ब्रह्मवर्ताला गेल्यावर त्याने आणखी पाच लग्ने केली. त्याची एकूण अकरा लग्ने झाली. अशा या रावबाजीची एक कथा सांगण्यासारखी आहे. ती अशी :

"एकदा बाजीरावाची ब्रह्मयज्ञाची वेळ झाली असता वर्दी आली की इंग्रजांकडून दरमहा मिळणाऱ्या पेन्शनीचा तनखा आला आहे. हे ऐकल्याबरोबर बाजीरावाचे पित्त खवळले... ब्रह्मकर्माच्या वेळी जलचरांचे

(इंग्रजांचे) शब्द कानी पडले म्हणून, त्याने रागानेच हुकूम केला – "आलेला सर्व पैसा मागवा." त्याप्रमाणे मागवून तो सर्व एका नावेत घातला आणि गंगेच्या पात्रात नेऊन खोल पाण्यात टाकून दिला. हा प्रकार कलकत्याच्या गव्हर्नर जनरलकडे कळविला गेल्यावर... ब्रह्मकर्माच्या वेळी मासिक तनखा घेऊन जाऊन व्यत्यय आणणाऱ्या अधिकाऱ्यास ७०० रु. दंड करण्यात आला आणि मासिक पेन्शनची ६,६६६ रु. ६ आणे ३ पै. ही रक्कम पुन्हा बाजीरावाकडे पाठविण्यात आली."* ज्यांना तो जलचर समजत होता त्या इंग्रजांचे जग कुठे चालले आहे, याची जवमात्रही कल्पना आमच्या रावबाजीस नव्हती. मग सामान्य माणसाची काय कथा?

अशा या परंपरागत अज्ञानी समाजास लोकहितवादींनी मूर्ख म्हटले त्याचे काहीच आश्चर्य वाटत नाही. अशा समाजाच्या गर्भात नव्या युगाची बीजे आपोआप तयार होणेच शक्य नव्हते. त्यासाठी पाश्चात्त्य संस्कृतीचा सहवास अपरिहार्य व आवश्यकच होता.

इंग्रज राज्यकर्ते, व्यापारी, ख्रिस्ती मिशनरी, युरोपियन संशोधक, इतिहासकार, तत्त्वज्ञ इत्यादी मंडळी विविध हेतू मनात ठेवून हिंदुस्थानात आली आणि त्यांच्या पायाने नव्या युगाचे परागकणही इथल्या भूमीवर विखुरले गेले. त्याची जोमदार रोपटी १९व्या शतकाच्या उत्तरार्धात हिंदुस्थानात, विशेषत्वाने महाराष्ट्रात दिसून येतात. पाश्चात्त्यांच्या प्रभावाने महाराष्ट्राच्या समाजजीवनाच्या विविध क्षेत्रांत नवे युग कसे सुरू झाले, याची अनेक उदाहरणे देता येतील. इथे फक्त युरोपियन प्राच्यविद्यासंशोधकांनी पाडलेल्या प्रभावाचा दाखला देतो. इंग्रज, फ्रेंच, जर्मनादी युरोपियन पंडितांनी १९ व्या शतकात प्राचीन भारतीय विद्या, कला, साहित्य, तत्त्वज्ञान, धर्मशास्त्रे इत्यादी सांस्कृतिक बाबींचे संशोधन करून जगापुढे भारतीय संस्कृतीचे खरे दर्शन घडवून आणले. याचा मराठी समाजावर झालेला परिणाम पाहण्यासारखा आहे. युरोपियन संशोधकांनी घडविलेल्या सांस्कृतिक दर्शनाने विष्णुशास्त्री पंडितांसारख्यांनी आपल्या देशबांधवांची सांस्कृतिक उदासीनता नष्ट करून त्यांची अस्मिता फुलविण्यासाठी उपयोग केलेला दिसतो. त्यांच्या या प्रयत्नांतून महाराष्ट्रात

---

* ब्रह्मावर्ताचा पेन्शनर : नांगी असलेले फुलपाखरू – द. ग. गोडसे, मुंबई, १९८९.

परंपरानिष्ठ का असेना, पण सांस्कृतिक राष्ट्रवादाचा पाया रचला गेला. स्वदेशाभिमान, राष्ट्रभक्ती आणि स्वातंत्र्यप्रीती हे धडे त्यातून मराठी समाजाला मिळाले. मराठी माणसांची अस्मिता जागी होऊ लागली. शास्त्रीबुवांचा झेंडा सामाजिक समतेचा नव्हता हे खरे; पण त्यांचा प्रखर राष्ट्रभक्तीचा अट्टाहास नजरेआड करता कामा नये.

युरोपियन प्राच्यविद्यापंडितांनीच उलगडलेल्या हिंदू धर्मशास्त्रांच्या ग्रंथावरून हिंदू समाजातील धार्मिक व सामाजिक जुलूमशाहीविरुद्ध बंडाचे निशाण उभारण्याची प्रेरणा म. जोतीराव फुल्यांना झाली. शूद्रातिशूद्रांच्या सामाजिक गुलामगिरीचे मूळ आमच्या धर्मग्रंथातच आहे, याची जाणीव जोतिरावांना युरोपियन विद्वानांनी या धर्मग्रंथांच्या केलेल्या भाषांतरावरूनच झाली आणि म्हणूनच त्यांनी आपल्या लिखाणात विल्यम जोन्स, विल्सन मॅक्समुलर इत्यादीविषयी कृतज्ञता व्यक्त केलेली आहे. याचा अर्थ युरोपियन प्राच्यविद्यापंडितांनी केलेल्या कार्याचे दोन भिन्नभिन्न परिणाम मराठी समाजात उत्पन्न झाले. एकाने प्राचीन संस्कृतीच्या पुनरुज्जीवनाचा आग्रह धरून वर्णाश्रम धर्माची कास न सोडता स्वदेशाभिमान जागृत करण्याचा प्रयत्न केला, तर दुसऱ्याने हिंदू धर्माच्या वर्णाश्रम धर्मातील वरिष्ठ वर्गाच्या धार्मिक व सामाजिक मक्तेदारीविरुद्ध बंड पुकारून कनिष्ठ वर्गात अस्मिता फुलविण्याचा प्रयत्न केला. पण या दोन्ही परस्परविरोधी कार्य करणाऱ्या विचारप्रणालीचे मूळ मात्र युरोपियन लोकांनी हिंदुस्थानाचा प्राचीन इतिहास व संस्कृती यांचा जो शोध घेतला त्यामध्ये होते. नव्या युगाचे प्रकटीकरण मराठी समाजात अशा विविध रूपांत दिसून येत होते.

आधुनिक महाराष्ट्राचा इतिहास म्हणजे केवळ राष्ट्रीय स्वातंत्र्य चळवळीचा इतिहास नव्हे. महाराष्ट्राचा सांस्कृतिक व सामाजिक इतिहास हा राजकीय चळवळीच्या इतिहासाइतकाच, किंबहुना तो त्याहून अधिक महत्त्वाचा आहे. तो अधिक महत्त्वाचा अशासाठी, की तो समाजाच्या जडणघडणीचा इतिहास आहे. महाराष्ट्राच्या सांस्कृतिक इतिहासात गेल्या दोन शतकांतील साहित्य, कला, धर्मसुधारणा इत्यादी क्षेत्रांत मराठी माणसांनी केलेल्या वाटचालीचा मागोवा घेता येईल; तर सामाजिक इतिहासात समाजसुधारक, त्यांचे कार्य, वृत्तपत्रे, सामाजिक संघटना, अनेक सामाजिक व शैक्षणिक चळवळी यांच्या कार्याचा शोध घेता

येईल. हा शोध घेत असता महाराष्ट्राची आर्थिक जडणघडण कशी झाली, आधुनिक शेतीचा पाया कसा रचला गेला, आधुनिक कारखानदारीचा प्रारंभ व वाढ कशी झाली, कोणकोणत्या वैज्ञानिक व तांत्रिक शिक्षण संस्था स्थापन झाल्या, अशा अनेक प्रवाहांची दखल आपणास घ्यावी लागेल.

महाराष्ट्राच्या इतिहासाकडे असा दृष्टिक्षेप टाकला तर अभ्यासकांसमोर त्याच्या इतिहासाची अनेक दालने उभी राहतील. मराठी साहित्याचा इतिहास, संगीताचा इतिहास, नाट्यकलेचा इतिहास, चित्रकलेचा इतिहास, मल्लविद्येसारख्या खेळांचे इतिहास, शैक्षणिक संस्थांचे इतिहास, व्यापार व कारखानदारीचा इतिहास, कृषी क्षेत्रातील प्रगतीचा इतिहास असे किती तरी इतिहास शोधता येतील. मला वाटते की महाराष्ट्राच्या इतिहासाचा असा साकल्याने अभ्यास झाला तरच तो आपणास मराठी समाजाचे सम्यक दर्शन घडविण्याचे काम करू शकेल. अर्थात हे काम एकट्यादुकट्या अभ्यासकाच्या आवाक्याबाहेरचे आहे हे उघड आहे. अशी कामे संशोधनकार्यास वाहून घेतलेल्या संस्थांनी अथवा विद्यापीठासारख्या संस्थांनी हाती घ्यावयास हवीत. महाविद्यालय हेसुद्धा विद्याभ्यासाचे एक केंद्रच असते. ठिकठिकाणच्या महाविद्यालयांनाही या कामी आपापल्या परीने हातभार लावता येईल.

ज्या शैक्षणिक संस्था भक्कम आर्थिक पायावर उभ्या आहेत, अशांनी महाराष्ट्राच्या इतिहासाच्या एखाद्या तरी दालनाचा शोध घेण्याची कामगिरी स्वीकारावी, असे या ठिकाणी सुचवावेसे वाटते. आपली 'अंबरनाथ एज्युकेशन सोसायटी' ही अशापैकीच एक संस्था आहे, असे मी समजतो. आपण महाराष्ट्राच्या इतिहासावर इथे एक परिषद भरवून अनेक अभ्यासकांना त्यांचे विचार आपल्या व्यासपीठावर व्यक्त करण्याची संधी दिली आहे. ही गोष्ट अभिनंदनास पात्र तर आहेच, पण ती इतरांनीही अनुकरण करण्यासारखी आहे.

हे सर्व पाहिल्यावर आपणास अशी एक सूचना करावीशी वाटत, ती म्हणजे आपण सुरू केलेल्या महाराष्ट्राच्या इतिहासाचा हा जागर आपण इथेच थांबवू नये. आपण ज्या अंबरनाथ नगरीत वास्तव्य करीत आहात, त्या नगरीच्या इतिहासाचा शोध घेण्याचा प्रयत्न आपण करावा. दुसऱ्या शब्दांत सांगायचे तर अंबरनाथ नगरीचा इतिहास

आपण शोधून तो ग्रंथ रूपाने प्रकाशित करावा.

इथे आणखी एक गोष्ट स्पष्ट करायला हवी, ती म्हणजे अशा प्रकारच्या प्रकल्पासाठी लागणाऱ्या निधीचे काय? मी आपणाला सांगू इच्छितो की चांगल्या कामास पैसा कमी पडत नाही. कोल्हापुरात आमची 'महाराष्ट्र इतिहास प्रबोधिनी' नावाची इतिहास संशोधन व समाजप्रबोधन या कार्यास वाहिलेली एक संस्था आहे. या संस्थेने नुकताच 'राजर्षी शाहू स्मारक ग्रंथ' प्रकाशित केला आहे. त्यासाठी आम्ही एकूण १२ लक्ष रुपये खर्च केले आहेत. हे पैसे समाजातूनच उभे राहिले आहेत. तुम्ही कामाला लागा. तुमचे काम, त्यामागील तुमची तळमळ व ध्येयनिष्ठा या गोष्टी पाहून समाज शेकडो हातांनी तुम्हाला मदत करायला पुढे येईल, अशी मला खात्री आहे.

दि. ६ जानेवारी २००२

डॉ. जयसिंगराव पवार यांनी अनेक इतिहास परिषदांच्या अध्यक्षपदावरून केलेल्या भाषणांचा लेखसंग्रह...

॥ शिवछत्रपती ॥

एक मागोवा

डॉ. जयसिंगराव पवार

राणी सोयराबाईंनी शिवछत्रपतींवर
विषप्रयोग केल्याचा आरोप खरा आहे काय?...

शिवछत्रपतींना उपस्त्रिया होत्या काय?....
संभाजीराजे शिवछत्रपतींना रुसून दिलेरखानास का मिळाले?..

वलने खालसाचा शिवछत्रपतींचा निर्णय म्हणजे
एक आमूलाग्र समाजक्रांतीच कशी होती?......

शिवछत्रपतींचे कूळ 'गवळी-धनगर' होते काय?...

'जेम्स लेन प्रकरण' काय आहे?....

या व यासारख्या अनेक प्रश्नांची चर्चा ज्येष्ठ
इतिहास संशोधक डॉ. जयसिंगराव पवार
आपल्या या लेख-संग्रहात करत आहेत.

डॉ. जयसिंगराव पवार यांनी अनेक इतिहास परिषदांच्या अध्यक्षपदावरून केलेल्या भाषणांचा लेखसंग्रह...

।। राजर्षी शाहू छत्रपती ।।
एक अभ्यास

सौ. वसुधा जयसिंगराव पवार

तसे पाहिले, तर अगदी सर्वसाधारण माणसाच्या व्यक्तिमत्त्वालाही असंख्य पैलू असतात. मग शाहूंसारख्या क्रियाशील राजाच्या व्यक्तिमत्त्वाला विविध पैलू होते, यात आश्चर्य नाही. वसुधा पवार यांनी आपल्या पुस्तकाच्या वेगवेगळ्या प्रकरणांतून या पैलूंचे दर्शन घडविले आहे. अस्पृश्यतानिवारण, सक्तीचे प्राथमिक शिक्षण, वसतिगृहांची स्थापना, दुष्काळावर आणि साथीच्या रोगांवर केलेली मात, आरक्षण, मुलींचे शिक्षण, आंतरजातीय विवाहास मान्यता देण्याचा कायदा, फासेपारधी वगैरेंचे पुनर्वसन, जलसंधारण, चहा-कॉफी लागवड इ. प्रकारे सामाजिक जीवनाच्या असंख्य क्षेत्रांमध्ये 'राजर्षी शाहूंनी' काळाच्या पुढे पावले टाकली असे दिसते. काळ राजाला घडवतो की राजा काळाला घडवतो, याचे 'राजा कालस्य कारणम्' हे प्राचीन काळी देण्यात आलेले उत्तर भारताच्या इतिहासातील ज्या मोजक्या राजांना यथार्थतेने लागू पडते, त्यांमध्ये शाहू महाराजांचे स्थान फार वरचे आहे, यात शंका नाही. वसुधा पवार यांच्या प्रस्तुत पुस्तकातून हे सर्व उत्तम रीतीने व्यक्त झाले आहे.